# वॉर्ड नंबर ९ –
# ससून हॉस्पिटल

**दिलीपराज प्रकाशन प्रा.लि.**[TM]

२५१ क, शनिवार पेठ, पुणे - ४११०३०

दिलीपराजची पुस्तके आता फक्त १ क्लिक वर उपलब्ध!!!
लगेच लॉग ऑन करा...आमची वेबसाईट

**Website : www.diliprajprakashan.in**
**Email :diliprajprakashan@yahoo.in**
**info@diliprajprakashan.in**

दूरध्वनी क्रमांक (फॅक्ससहित) - २४४७१७२३,
२४४८३९९५, २४४९५३१४

# वॉर्ड नंबर ९ –
# ससून हॉस्पिटल

## डॉ. विलास अंबिके

दिलीपराज प्रकाशन प्रा. लि.[TM]

२५१ क, शनिवार पेठ, पुणे - ४११ ०३०.

## वॉर्ड नं. ९ - ससून हॉस्पिटल
## Ward No. 9 - Sassoon Hospital

ISBN - 978 - 93 - 82988 - 85 - 4

**प्रकाशक ।**
राजीव दत्तात्रय बर्वे । मॅनेजिंग डायरेक्टर ।
दिलीपराज प्रकाशन प्रा. लि. ।
२५१ क, शनिवार पेठ, पुणे ४११०३०
दूरध्वनी : २४४८३९९५, २४४७१७२३,
२४४९५३१४ (सर्व फॅक्ससहित)

**लेखक :** डॉ. विलास अंबिके
१९११, सदाशिव पेठ ।
फुलराणी बंगला । राणा प्रताप उद्यानच्या मागे । पुणे - ३० ।
भ्रमणध्वनी - ९८६०६९९३७९

**प्रकाशन दिनांक ।** १५ जानेवारी २०१४

**प्रकाशन क्रमांक ।** २०९०

**मुद्रक** Repro India Ltd, Mumbai.

**टाईपसेटिंग ।** सौ. मधुमिता राजीव बर्वे
पितृछाया मुद्रणालय । ९०९ रविवार पेठ । पुणे ४११००२

**मुखपृष्ठ ।** सुहास चांडक

सौ. नीलाक्षीस
आणि
'ज्यांनी अत्यंत विश्वासाने
आपले शरीर
शस्त्रक्रियेसाठी माझ्या हवाली केले,
त्यांना प्रेमपूर्वक अर्पण...'

# प्रस्तावना

हे माझं आत्मचरित्र नाही किंवा माझ्या आयुष्यातल्या यशापयशाचा आलेख मांडण्याचाही हा प्रयत्न नाही. आजवर मी सर्जरीतल्या आनंदाचा जो अनुभव घेतला, माझ्या वैद्यकीय पेशातून जे समाधान मिळवलं, त्याचं हे स्मरणरंजन!

पण याला केवळ स्मरणरंजन तरी कसं म्हणावं?

आयुष्यात मागे वळून पाहताना फक्त आनंददायक क्षणच आठवले, तर ते स्मरणरंजन होतं. इथे मात्र आज मी थोडं दूर उभं राहून माझ्याच आयुष्याकडे बघायचा प्रयत्न करतोय. तेव्हा मला माझी जडणघडण कशी झाली, माझ्या आयुष्यात कुणी कसं योगदान दिलं आणि मला जे हवं होतं ते मीही कसं मिळवलं, हे सगळं एखाद्या चित्रपटासारखं स्वच्छ दिसतंय. या फक्त माझ्याच आठवणी नाहीत. त्यांत अनेक व्यक्तींचा समावेश आहे. कधी ठळक, कधी पुसट असे माझ्या स्मृतिपटलावर उमटलेले अनेक ठसे मला आज दिसताहेत. त्यामुळे या आठवणींना व्यक्तिपरत्वे दुसऱ्या बाजूही असू शकतील. ही केवळ माझ्या वर्तनाची माझ्या बाजूची भलावण करणारी स्मरणसाखळीही नाही.

मग मी हे का सांगतोय?

एखाद्या सर्जनची कारकिर्द किती विविधरंगी असू शकते, हे आता आयुष्याकडे त्रयस्थपणे बघताना मला जाणवतंय आणि म्हणूनच ते सांगावंसं वाटतंय. मी कुणी असामान्य व्यक्ती नाही; पण माझं जगणं अगदी सपाट, चारचौघांसारखं सर्वसामान्यही नाही. मी आवर्जून सांगाव्यात आणि त्या ऐकताना ऐकणाऱ्याला 'खरंच? किती विलक्षण!' असं वाटायला लावणाऱ्या अनेक घटना माझ्या आयुष्यात घडलेल्या आहेत. माझं आयुष्य म्हणजे विविध रंगांच्या विणीचं एक सुंदर वस्त्र आहे आणि तेच मला उलगडून दाखवायचंय.

माझ्या आयुष्यातली सर्वांत महत्त्वाची गोष्ट म्हणजे माझी स्वप्नपूर्ती! हवं

ते मिळवणं! अगदी हरप्रयत्नाने मिळवणं!!

मला सर्जन व्हायचं होतं. कळायला लागलं त्याच्याही आधीपासूनच. माझं हे स्वप्न मी पुरं करू शकलो. माझे प्रयत्न, ज्येष्ठांचे आशीर्वाद, माझे कठोर परिश्रम आणि दैवाची साथ यामुळे माझं हे स्वप्न पुरं झालं.

कोणतीही स्वप्नपूर्ती हे आयुष्यातलं फार मोठं यश मानलं जातं खरं; पण मला वाटतं, कोणतंही स्वप्न पुरं होण्याचा टप्पा हे अर्धेच यश असतं आणि ज्या यशाचं स्वप्न आपण पाहिलेलं असतं, त्या यशाचा आनंद पुरेपूर घेता येणं हा यशाचा पूर्णत्वाचा टप्पा! माझं सर्जन होण्याचं स्वप्न पुरं तर झालंच; पण सर्जन होण्यातला आनंद, कामाचं समाधान हेही मी आयुष्यात पुरेपूर अनुभवलं आणि म्हणूनच आज मी अतिशय तृप्त आहे. आपल्या व्यवसायाबद्दलची अशी तृप्ती फारच थोड्या लोकांच्या नशिबात असते. त्या अर्थाने मी स्वत:ला जगावेगळा समजतो.

अनेक यशस्वी व्यक्तींना 'तुम्ही या क्षेत्रात आला नसतात, तर काय झाला असतात?' हा प्रश्न नेहमी विचारला जातो. मग एखादा लेखक 'मला अभिनेता व्हायचं होतं', असं सांगतो तर एखादा वकील चित्रकलेचा छंद अर्धवट सुटल्याची खंत बोलून दाखवतो. एखाद्या नटाला मुळात कवी व्हायचं असतं, तर कुणा डॉक्टरला आपण गायक झालो नाही, म्हणून वाईट वाटत असतं...

मला जर कधीकाळी हा प्रश्न विचारला गेला, तर मी सांगेन– सर्जन झालो नसतो, तर मी कुणीच झालो नसतो. म्हणजे मला सर्जरीखेरीज इतर गोष्टींमध्ये गती नाही किंवा रस नाही, असं मुळीच नाही. पण सर्जरीइतकी किंवा सर्जरीपेक्षा मला कोणतीच गोष्ट प्रिय नाही.

कोणत्याही व्यक्तीचं आयुष्य हे नदीच्या प्रवाहासारखं असतं. वाटेतल्या अडचणी पार करत पुढे पुढे वाहत जाणारा मुख्य प्रवाह आणि अधेमधे त्याला येऊन मिळणारे अनेक उपप्रवाह या साऱ्यांनी मिळूनच बनते नदी. आणि जीवनसुद्धा!

माझ्या जीवनातला हा मुख्य, विस्तीर्ण आणि खळाळता प्रवाह म्हणजे माझं शस्त्र (क्रिया) कौशल्य... माझी अभिनयाची आवड, वाचनाची गोडी, प्रापंचिक जबाबदाऱ्या, प्रवासाचा छंद हे सगळे त्या प्रवाहाला येऊन मिळालेले उपप्रवाह. त्याचं वाहणं क्वचित मंदावेल, थबकेल... पण माझ्या रक्तात मुरलेली सर्जरीची आवड– ती मात्र माझ्या शेवटच्या श्वासापर्यंत तशीच टवटवीत राहील!

आज वयाच्या पंचाहत्तराव्या वर्षीही मला कुणी सर्जरीतला एखादा अवघड नावीन्यपूर्ण प्रयोग करायचं आव्हान दिलं, तरी ते स्वीकारायची माझी तयारी आहे. इतका मी सर्जरीत आणि सर्जरी माझ्यात भिनलेली आहे.

सर्जरीचं हे विलक्षण वेड माझ्या जन्मग्रहांनीच माझ्या ललाटी लिहून ठेवलेलं आहे. एरवी माझा या गोष्टींवर फारसा विश्वास नाही. पण माझ्यात आपोआप आलेली शस्त्रक्रियेची आवड बघितल्यावर ह्या ठोकताळ्यात काहीतरी तथ्य असावं, असं वाटायला लागतं. एका ज्योतिष्याने माझी पत्रिका पाहून मी नक्कीच सर्जन होणार, असं सांगितलं होतं. कारण माझ्या पत्रिकेत दशमात मंगळ आहे. दशमात मंगळ म्हणजे रक्ताशी अगदी जवळचा संबंध! एकतर ती व्यक्ती सर्जन तरी होणार म्हणे, किंवा खुनी-दरोडेखोर तरी.

अगदी लहानपणापासून मीही डॉक्टरच व्हायचं ठरवलं होतं. नुसतं डॉक्टरच नाही, तर सर्जन! सर्जन म्हणजे काय? ते होण्यासाठी काय करावं लागतं? सर्जन झाल्यावर काय करायचं असतं? वगैरे काहीही मला ठाऊक नव्हतं. तरीही मी ठरवलं होतं-मोठं झाल्यावर आपण सर्जनच व्हायचं आणि हे नुसतं मनाशीच ठरवलेलं दिवास्वप्न नव्हतं, तर ते जाहीरपणे सगळ्यांना सांगण्याइतकं माझं मत ठाम होतं. आठवीत असताना नू. म. वि.तल्या देशपांडेसरांनी जेव्हा वर्गात आम्हाला सगळ्यांनाच 'मोठेपणी तुम्ही कोण होणार', हा ठोकळेबाज प्रश्न विचारला होता, तेव्हा मी सगळ्या मुलांसारखं उत्तरासाठी उत्तर छापाचं काही न बोलता अगदी मनापासून, पण ठणकावून, त्यांना सांगून टाकलं, मी पुण्यातला प्रसिद्ध सर्जन होणार!

सर्जन व्हावं हे फक्त माझंच भाबडं बालस्वप्न नव्हतं. आमच्या दादांना– माझ्या वडिलांनाही– तसंच वाटायचं. नव्हे, त्यांची तर तशी खात्रीच होती. मी इंटरला असतानाच ते खुशाल सगळ्यांना 'आमचा विलास मेडिकल कॉलेजला आहे', असं सांगायचे.

सर्जन म्हणजे केवळ एक रुबाबदार व्यक्ती, सर्जन म्हणजे एक जगावेगळं व्यक्तिमत्त्व, सर्जन होणं म्हणजे काहीतरी असामान्य कर्तृत्व गाजवणं अशा भाबड्या अज्ञानी संकल्पनेपासून आजवरचा माझा एक नामवंत सर्जन म्हणून झालेला प्रवास हा केवळ यशाचाच चढता आलेख नाही. अगदी क्वचित का होईना, पण मला अपयशाचीही चव चाखावी लागली. भ्रमनिरास करणारे अनुभव आले. उदास, पराभूत क्षणही वाट्याला आले. पण तरीही सर्जन होणं ही माझ्या आयुष्याची इतिकर्तव्यता होती आणि ती मी पुरी करू शकलो, याचं

मला अपार समाधान आहे. अधेमधे वाट्याला आलेले ते निराश, हताश क्षण आज आठवणींच्या कुठल्यातरी कोपऱ्यात जाऊन बसलेले आहेत. आज मनात दाटलीय ती समाधानाची भावना. या समाधानाला असंख्य छटा आहेत. माझ्या हस्तकौशल्याने कुणाच्यातरी वेदना शमल्याचं समाधान... वडिलांच्या अपेक्षा पूर्ण केल्याचं समाधान... मानवी शरीर या अपार गुंतागुंतीच्या कोड्याचं कणभर का होईना पण उत्तर शोधल्याचं समाधान... ज्ञानाचा आणि शिक्षणाचा यथार्थ वापर केल्याचं समाधान!

सर्जन व्हायचं ठरवताना पैसा आणि नावलौकिक हे ध्येय माझ्या डोळ्यांसमोर नव्हतंच. आज सर्जन झाल्यामुळे मला या दोन्ही गोष्टी मिळाल्या आहेत. अगदी प्रयत्नाने मिळाल्या आहेत, हे मला कबूल करायलाच हवं. पण तरीही या दोन्हीपेक्षा मला माझी कार्यसंतुष्टता जास्त महत्त्वाची वाटते. कारण पैसा आणि नावलौकिक प्रयत्नाने मिळवता येतात; पण कामातलं समाधान मात्र 'मिळावं' लागतं आणि मला ते मिळालं हा खरोखरीच माझ्या नशिबाचा भाग आहे.

मी वैद्यकीय शाखेत गेलो ते केवळ एक प्रतिष्ठेचं किंवा पैशाचं साधन म्हणून नाही; तर ती माझ्या रक्तात मुरलेली आवड आहे, माझ्या जगण्याचा आनंद आहे आणि श्वासोच्छ्वासानंतर जगण्यासाठीची गरजही तीच आहे.

आपल्या आवडत्या विषयात यशस्वी होण्याची, आयुष्यभर त्यातच रमून काम करण्याची आणि आत्मिक आनंद मिळवण्याची संधी खरोखरच नशिबाने मिळते. मी ज्या तृप्तीत जगलो, तशी तृप्ती फार थोड्यांच्या वाट्याला येते. अर्थात नशिबाने मिळालेल्या दुर्मीळ संधीचं सोनं करणं प्रत्येकालाच जमत नाही. मला ती संधी मिळालीही आणि त्याचं सोनंही करता आलं...

सर्व कलांप्रमाणेच सर्जरी हीसुद्धा एक कलाच आहे आणि तीही तुमच्यात जन्मजातच आलेली असावी लागते, अशी माझी ठाम खात्री आहे. ज्याच्यात ही कला जन्मजात नसेल तो शिकून, अभ्यास करून प्रयत्नपूर्वक सर्जन होऊ शकतो; नाही असं नाही. पण तरीही त्याच्यात आणि ही कला जन्मजात असणाऱ्यात खूप फरक आढळतो. मारूनमुटकून झालेला सर्जन हा नॉन ऑपरेटिंग सर्जन किंवा फक्त शिकवण्यात अगदी निष्णात असा सर्जन होऊ शकतो.

नवीन प्रकारची ऑपरेशन्स मी प्रथम डेड बॉडीवर करून बघत असे. त्यामुळे पेशंटवर तसं ऑपरेशन करायची वेळ आली, की ती पद्धत मला अवघड वाटायची नाही किंवा मनावर अपयशाचा ताण यायचा नाही.

आमच्या कॉलेजच्या फॉर्मकॉलॉजी डिपार्टमेंटला जोडून 'डॉग हाउस'

होते. तिथे बेवारशी कुत्रे पाळले जायचे. त्यांच्यावर निरनिराळ्या औषधांच्या ट्रायल्स चालायच्या. प्राण्यांवर शस्त्रक्रिया करण्यासाठी एक वेगळं ऑपरेशन थिएटर होतं. कुत्र्यांना भूल देण्यासाठी ॲनॅस्थेसिस्ट यायचे. मी कुत्र्यांवरही शस्त्रक्रिया केल्या आणि नंतर त्यावर एक प्रबंधही लिहिला.

एखादी अवघड शस्त्रक्रिया करताना मला बुद्धिबळाच्या खेळातली चाल आठवते आणि ती शस्त्रक्रिया यशस्वीपणे पार पाडून हात धुताना समोरच्या खेळाडूवर मात केल्याचा आनंद माझ्या मनात फुलत असतो.

मला शस्त्रक्रियेची एवढी आवड का? यालाही माझ्याकडे उत्तर नाही. एखाद्याला जन्मजात एखादी कला अवगत असते, तशीच माझ्यात शस्त्रक्रिया आली आहे. शस्त्रक्रियेसाठी लागणारं धाडस, शरीराच्या नाजूक आणि मौल्यवान अवयवांच्या व्यवस्थित हाताळणीसाठी लागणारा बोटांचा मृदूपणा, रुग्णाविषयीचा आंतरिक जिव्हाळा आणि त्याला बरा करण्यासाठी परिश्रम घेण्याची तयारी हे सगळं माझ्यात पहिल्यापासून होतंच; पण ह्या सगळ्यापेक्षा यशस्वी शस्त्रक्रियेसाठी अत्यावश्यक असणारा घटक म्हणजे आत्मविश्वास! तो माझ्यात आनुवंशिकतेने आणि अनुभवाने पुरेपूर आलाय. म्हणूनच आजवर मी अनेक रुग्णांना शस्त्रक्रियेतून जीवनदान देऊ शकलो.

ऑपरेशन थिटरमध्ये गेल्यावर टेबलावर व्यवस्थित मांडून ठेवलेली आयुधं, शेजारी उभा असलेला साहाय्यक आणि कर्मचाऱ्यांचा आज्ञाधारक ताफा आणि मेंदूतलं सर्जरीबद्दलचं ज्ञान... कोणत्याही सर्जरीची ही पूर्वतयारी! या पूर्वतयारीत एक न दिसणारा घटक असतो. सर्जनच्या मनाची तयारी. त्याची आपल्या कर्तृत्वावरची निष्ठा आणि पेशंटबद्दलची आत्मीयता. टेबलावर मांडून न ठेवलेली ही अदृश्य आयुधं सर्जरी यशस्वी होण्याची खात्री अनेकपटीनं वाढवतात. ही अदृश्य आयुधं प्रत्येक कुशल सर्जनजवळ असताताच. माझ्यापाशीही ती होती. ऑपरेशन थिएटरच्या बाहेर पडल्यानंतरही ती तत्पर असायची. म्हणूनच माझा सर्जरीतला प्रवास हा एक समाधान आणि आनंद देणारा प्रवास ठरला. मनाची तयारी नसेल तर तुम्ही कितीही पारंगत असलात, तरी त्या सर्जरीची खात्री देता येत नाही, हा धडा मी माझ्या पहिल्याच हाउसपोस्टमध्ये शिकलो. आणि तो कायम लक्षात ठेवला म्हणूनच या क्षेत्रात मी पुढे जाऊ शकलो.

* * *

 अनुक्रमणिका

# कॉट नंबर १ –
## 'जडण घडण'

१९४२ साल. मी जेमतेम ६ वर्षांचा होतो. रात्रीच्या एसएमएस रेल्वेने कोरेगांवहून पुण्याला पहाटे ६ वाजता पोचलो. दादांनी मला बाळू मास्तरांबरोबर पुण्याला ताईआत्याकडे पाठवले होते. वडूजला चांगले शिक्षण मिळणार नाही म्हणून पहिल्यापासून पुण्याला आत्याकडे ठेवायचे, असे ठरले होते. खूप थंडी होती. रस्त्यात अगदी शांतता होती. मास्तरांनी टांगा ठरवला. स्टेशनपासून शुक्रवार पेठेत जायला ६ आणे ठरले. आम्ही दोघे अन् माझी बॅग. मला पुण्याचे पहिले दर्शन असे घडले. दत्तूमास्तरांनी मला पाडव्याच्या मुहूर्तावर अक्षर-ओळख करून दिली होती. टांग्यात बसल्यावर मी रस्त्यातील दुकानांच्या पाट्या ग ला काना गा या पद्धतीने वाचत होतो. बाळूमास्तर माझ्याकडे कौतुकाने बघत होते. रस्त्याच्या कडेला एक दगडी, दोनमजली इमारत व शेजारी टॉवर दिसला. रस्त्यावर पाटी होती 'ससून हॉस्पिटल.' हे माझं ससूनचं पहिलं दर्शन. पुढे याच वास्तूत आयुष्याची पन्नासपेक्षा जास्त वर्षे जाणार आहेत, याची त्या वेळी कल्पनाही नव्हती.

काही दिवसांनी मला घेऊन आण्णा (ताईआत्याचे यजमान) भाऊमहाराजांच्या बोळातल्या सरस्वती मंदिर शाळेत घेऊन गेले. शाळेच्या मुख्याध्यापिका सबनीसबाईंनी आण्णांचे उठून स्वागत केले.

आण्णांनी मला त्यांच्या स्वाधीन केले. सरस्वती मंदिरमध्ये माझा प्रवेश झाला. सबनीसबाई त्या वेळी ३०-३५ च्या असतील. तरी त्यांचे केस पांढरेशुभ्र होते. सावळा रंग, बेताची उंची, पण डोळ्यांतून ओसंडणारा विलक्षण प्रेमळपणा. आपली मावशी किंवा आत्या असावी, अशा प्रेमाने त्यांनी मला वर्गात बसवले.

आम्हाला बनसोडे नावाचे एक रागीट मास्तर होते. त्यांचा दरारा फार.

सावळे, उंच, कोट-टोपी घालणारे व सतत हातात छडी ठेवणारे! मुलांना त्यांची फारच भीती वाटे. सतत काहीतरी कारण सांगून मुलांना छडीने मारण्याचा त्यांचा उद्योग चाले. मला दोन-चार वेळा छडीचा प्रसाद मिळाल्याने मी फारच घाबरून गेलो. पण सांगणार कुणाला?

दिवाळीची सुट्टी लागताच आत्याने मला वडूजला पाठवले. मग मात्र मी पुण्याला परत जाणार नाही, असे माईला सांगितले. दादांनीही फार ओढून न धरता मला वडूजच्या शाळेत घातले.

आमची वडूजची शाळा त्या वेळी गावाबाहेर एका टेकडीवर भरत असे. सकाळी आमचा गडी– सीताराम रामोशी– मला खांद्यावर घेऊन शाळेत सोडत असे. माझे तरटाचे बस्कर व दप्तर शाळेत मांडून मगच जात असे.

कदम नावाचे खूप प्रेमळ मास्तर होते. त्यांनी सांगितलेली जिजाबाईंच्या लग्नाची गोष्ट मी जशीच्या तशी पाटीवर लिहिली होती. त्यांनी माझे खूप कौतुक केले व शाबासकी दिली. 'कापसाचे शेत माझेऽऽ' ही कविता आम्ही सगळी मुले मोठ्याने चालीत म्हणत असू.

वडूजला प्लेगची साथ आली. सगळे लोक गावाबाहेर शेतात झोपड्या बांधून राहायला गेले. आम्हीपण आमच्या शेतात झोपडी बांधून राहू लागलो. शाळा बंद केल्या. माझे चौथीचे वर्ष बुडू नये म्हणून दादांनी मला कलेढोणला पाठकमास्तरांच्या घरी वर्षभर ठेवायचे ठरवले.

नाना पाठक कलेढोणचेच. त्यांचा मोठा वाडा होता. ते कलेढोणच्या शाळेचे हेडमास्तर होते. मला वडूजहून संध्याकाळी कलेढोणला जाणाऱ्या सर्व्हिस मोटारीत ड्रायव्हरला सांगून पाठवले. गाडीने रात्री मायणीत मुक्काम केला. ड्रायव्हरने मला दूध व चपाती आणून दिली. खूप भूक लागली होती. त्यामुळे गारढोण दुधात कुस्करून जाड चपाती मी मटामटा खाल्ली व झोपून गेलो. सकाळी गाडी कलेढोणकडे निघाली व ११ वाजता कलेढोणला पोचली.

नानांनी व त्यांच्या पत्नीने माझे हसतमुखाने स्वागत केले. घरात चार-पाच मुले शाळेत जाणारी होती. दादांचे मित्र डॉ. कृष्णराव पाठक मिलिटरीत होते व युद्धामुळे ते ब्रह्मदेशात होते. त्यांच्या पत्नी अंबुताई व मुलगा रमेशही डॉक्टरांच्या थोरल्या भावाकडे म्हणजे नानांकडेच राहत होते. मुलांबरोबर खेळायला व अभ्यासाला खूप मजा यायची. कलेढोण हे डोंगराच्या पायथ्याशी नदीच्या काठी होते. माझे दिवस खूपच आनंदात गेले. चौथीची परीक्षा झाली व मी तालुक्यात दुसऱ्या नंबरने पास झालो.

पाचवी म्हणजे इंग्रजी पहिलीला पुण्याला आत्याकडे जायचे ठरलेलेच होते. नूतन मराठी इंग्रजी शाळेत नाव घातले होते. माझ्याबरोबर माझा आत्येभाऊ मधुर हाही होता. आम्हा दोघांना 'बी' तुकडी मिळाली.

आठ तुकड्या प्रत्येक इयत्तेच्या असणाऱ्या भव्य शाळेच्या दगडी इमारतीनेच माझे डोळे दिपले होते. असेंब्ली हॉलमध्ये सगळ्या ८ तुकड्यांतील विद्यार्थी ओळीने नेऊन मुख्याध्यापक दबडघाव यांनी आमचे स्वागत केले. ते काय सांगत होते, त्याकडे कोणाचेच लक्ष नव्हते. तालुक्यात दुसरा नंबर येऊनही मला बी तुकडी मिळाली, तेव्हाच पुण्यात माझ्यापेक्षा खूपच हुशार विद्यार्थी आहेत, याची कल्पना आली.

प्रत्येक तासाला नवीन 'सर' वर्गात येत. सायन्ससाठी सायन्सच्या वर्गात खाली जावे लागे. पाण्याचा मोठा दगडी हौद व त्याला लागून आरसे महाल. त्यात बेसिन व आरसे! शेजारीच 'भांडार'. तिथं सर्व वस्तू, गोळ्या-बिस्किटे मिळत असत. शेजारीच संतोष भुवन. तिथले प्रसिद्ध घावन (आत्ताचा मसाला डोसा) दोन आण्यांत मिळे!

नूतन मराठीत ५ वी ते ११ वी इतकी वर्षे कशी गेली, समजलेच नाही. एसपीच्या ग्राउंडवर आम्ही खो खो, बास्केटबॉल खेळत असू. शाळेच्या तालमीत व्यायाम करत असू. त्या ग्राउंडवर नियमित जाणाऱ्या आठ-दहा मुलांचा आमचा ग्रुप होता. आम्ही अजूनही दर आठवड्याला भेटतो. वर्गबंधूंचे प्रेम खरेच अवर्णनीय आहे. आम्ही वर्षातून एकदा सर्व ८ तुकड्यांतील १९५२ला एस.एस.सी. झालेले सगळे जमतो!

शाळेविषयीचे प्रेम अजूनही ओसंडून वाहते. मास्तरांच्या गोष्टी कितीवेळा उगाळल्या, तरी त्यांची गोडी कमी होत नाही. आता विचार करताना असे वाटते, की आमची शाळा ना. ग. नारळकरांनी खूप मोठी केली. त्यासाठी निरनिराळ्या ठिकाणांहून वेचून चांगले शिक्षक आणले. निरनिराळ्या सोयीसुविधा सुरू केल्या. शिस्तीबरोबर खेळ, वाचन, नाटक, करमणूक यांनाही खूप प्राधान्य दिले. सुट्टीत कला-छंद शिकवणारे वर्ग काढले. सहली काढण्यास प्रोत्साहन दिले. पण बहुसंख्य मास्तर नोट्स उतरवून देणारे! लक्षात राहिले ते एक पु. रा. वझेसर, त्यांनी डॅफोडिल कविता फारच परिणामकारक शिकवली होती.

बाळासाहेब तुळपुळेसर यांनी इतिहासाची गोडी लावली. एन. व्ही. दीक्षितसर यांनी गणिताची गोडी लावली.

शिक्षणामध्ये विषयाची गोडी लावणारे शिक्षक, प्रेमाने अवांतर वाचनाला

प्रोत्साहन देणारे शिक्षक शाळेत व पुढे कॉलेजातही अभावानेच आढळले. नूतन मराठीत हुशार विद्यार्थ्यांचाच भरणा असल्यामुळे मुले चांगले मार्क मिळवत व शाळेचा झेंडा आपोआपच उंचावर जात असे.

एस. एस. सी. झाल्यावर नू. म. वि.ची मुले शिक्षण प्रसारक मंडळीच्याच एस. पी. कॉलेजमध्ये जात. पण मी फर्ग्युसन कॉलेजमध्ये जायचे ठरवले. कारण फर्ग्युसनमधून खूपच मुले मेडिकलला जात असत व माझा अगदी लहानपणापासून डॉक्टर व्हायचा निश्चय होता. फर्ग्युसनची दोन वर्ष अभ्यासात कशी गेली, समजलेच नाही. इंटरला थोडे मार्क मिळत म्हणून कॉलेजच्या बास्केटबॉल टीममध्ये खेळत होतो. शिवाय १०० मीटर फास्ट रनिंगसाठी दामलेसरांकडून कोचिंग घेत होतो. पण कॉलेजच्या इतर अवांतर गोष्टींत भाग घेता आला नाही.

फर्ग्युसनच्या प्रोफेसरांची आठवण म्हणजे शिरोळेसर हे झूलॉजी शिकवायचे. त्यांची उंच, सावळी व गंभीर मूर्ती एप्रन घातल्यामुळे आणखीनच गंभीर वाटायची. पण त्यांचे नाटकी वागणेबोलणे आम्हाला खूप इंप्रेस करत असे. त्यांनी संपूर्ण एक टर्म फक्त फ्रॉग शिकवला!

बॉटनीचे कोल्हटकरही सुरेख शिकवायचे. पण सगळ्यात वैताग आणला तो फिजिक्सच्या जोगसरांनी. स्वत: लिहिलेली पुस्तके असूनही त्यांना शिकवण्याची हातोटी नव्हती. त्यांचे इंग्रजी आम्हाला समजत नसे, म्हणून त्यांनी मराठीतून शिकवायचा प्रयोग केला; पण तोही अपयशीच ठरला.

डी. डी. कर्वे प्रिन्सिपॉल होते. पण स्वत: लिहिलेले ऑरगॅनिक केमिस्ट्रीचे पुस्तक वाचून दाखविण्यापलीकडे शिकवण्याच्या नावाने शून्य! प्रधानमास्तरांचा एवढा दबदबा, पण नोट्स डिक्टेट करण्यापलीकडे त्यांनाही शिकविण्याचे अजिबात अंग नव्हते.

मी वर्गात शिकवलेला टॉपिक घरी पुस्तकातून नीट वाचून नोट्स काढत असे व हेच मला उपयोगी पडले. जिद्दीने क्लासला न जाता मी पद्धतशीर अभ्यास करून इंटरला ५८ टक्के मार्क मिळवले व सहज मेडिकलला ॲडमिशन मिळवली.

टर्म फी फक्त २५० रुपये होती. तेवढे भरले की झाली ॲडमिशन! आत्तासारखी सी.ई.टी. नव्हती. प्रायव्हेट कॉलेजेस नव्हती! डोनेशन्स नव्हत्या!

ज्या मुलांना कमी मार्क मिळत, ती आयुर्वेद कॉलेजमध्ये जात. ज्यांची कर्नाटकात जायची तयारी असेल, ते उडपीला जात किंवा अहमदाबादला जात. फर्स्ट एमबीबीएसची परीक्षा पास झाल्यावर पुण्याला ट्रान्सफर होत!

काही मुले बी.एस्सी.ला जात व फर्स्ट क्लास मिळाल्यावर पुन्हा

एम.बी.बी.एस.ला ॲडमिशन घेत.

बी. जे. मेडिकल कॉलेज सुरू होऊन ४-५ वर्षेच झाली होती. त्याआधी बी. जे. मेडिकल स्कूल होते. लाल देवळासमोरच्या जागेत ते स्कूल होते. त्यात मॅट्रिकनंतर प्रवेश मिळे व एल सी पी एस चा कोर्स ३ वर्षांचा होता. आमच्या दादांनी तोच कोर्स केला होता.

कॉलेज त्याच जागेत सुरू झाले होते व आमच्या ॲडमिशनपर्यंत कॉलेजची नवी भव्य इमारत बांधून झाली होती. ससून हॉस्पिटल जुन्या दगडी इमारतीतच होते.

एम.बी.बी.एस.ला ॲडमिशन मिळालेली आम्ही १०० मुले आकाशातच होतो. आमच्या वर्गात २० मुली होत्या. काही मुले कर्नाटकातून आली होती. काही आफ्रिकेतून आली होती!

कॉलेजमध्ये पहिली गाठ पडली प्रिन्सिपॉल देसाईंची. पारश्यांची खूण असलेले लांब नाक, बेताची उंची व गुडघ्याखाली जाणारा लांब एप्रन घालणारे देसाईसर अत्यंत गंभीर होते! त्यांनी आमचे इंटरव्ह्यू घेतले व सगळ्यांना असेब्ली हॉलमध्ये ॲड्रेस दिला. पिनड्रॉप सायलेन्समध्ये. आमचे लक्ष त्यांच्या बोलण्याकडे नव्हते व आपल्या वर्गात कोण कोण मुली आहेत, हे बघण्यातच सगळी मुले दंग होती.

हा असेब्ली हॉल पूर्णपणे लाकडाने मढवलेला. भिंतींनाही लाकडाचेच आवरण. स्टेजही भव्य. अत्यंत देखण्या या हॉलला महात्मा गांधींचे नाव दिले होते.

पुण्याहून एम.बी.बी.एस. पास झाल्यावर FRCSला इंग्लंडला जायचा बेत होता. पण डॉ. मनोहर जोशीसरांनी पुण्यात प्रॅक्टिस करायची असेल, तर ससूनला ॲटॅचमेंट आवश्यक असून त्यासाठी एम. एस. करणे जरुरीचे आहे, असा सल्ला दिला व एम. एस. मुंबईला करावे कारण तिथे खूप हॉस्पिटल्स आहेत, निरनिराळ्या तज्ज्ञ सर्जनबरोबर काम करता येईल व खूप शिकायला मिळेल, आऊटलुक ब्रॉड होईल असे सांगितले म्हणून मी मुंबईला आलो. जे. जे. हॉस्पिटलमध्ये नॉन स्टायपेंडी म्हणजे मानधन न मिळणारी पोस्ट घेतली होती. मी पुण्याचा असल्याने मला कोणीही ओळखत नव्हते. पण मी खूप मन लावून काम करत होतो व सदा हसतमुख राहून सहाध्यायांशी चांगले संबंध ठेवून होतो. १९५९ मध्ये जे जे हॉस्पिटल, मुंबई येथे माझी हाउसमनची पोस्ट सुरू होऊन तीन महिने झाले, तरी मला अजून छोटेसेही ऑपरेशन करायला मिळाले नव्हते. ज्युनिअर हाउसमन म्हणजे सर्जिकल युनिटमध्ये सर्वांत कनिष्ठ.

थोडक्यात, पडेल ती जबाबदारी नसलेली कामे करणारा. पेशंटची हिस्ट्री लिहिणे, पेशंटच्या सर्व प्राथमिक तपासण्या करणे; रक्त, लघवी, थुंकी तपासायला लॅबमध्ये पाठवणे, ऑपरेशनची यादी थिएटरला पाठवणे इ. कामे. सांगकाम्या. सर्जरी शिकण्यासाठी आलेल्या माझ्यासारख्या प्रत्येक विद्यार्थ्याला स्वत: सर्जरी करण्याइतका आनंद कशातच नसतो! पण सहा महिन्यांच्या पोस्टमधील तीन महिने संपले, तरी चाकूशी संबंध न आल्याने मी खूप निराश झालो होतो.

शेवटी ते अत्यंत मधुर शब्द ऐकू आले. मला आमचे पारेखसर हर्नियाचे ऑपरेशन शिकवणार होते. मी आनंदाने नाचायचाच बाकी राहिलो होतो. आदल्या दिवशी मी हर्नियाचे ऑपरेशन दोन-तीन वेळा वाचले. नंतर ज्या पेशंटचे ऑपरेशन करणार होतो, त्याला भेटलो. त्याची सर्वांगीण तपासणी केली. त्याचे सर्व रिपोर्ट्स चांगले असल्याची खात्री करून घेतली.

मुख्य म्हणजे कोणत्या बाजूला हर्निया आहे, त्याची नीट खात्री करून घेतली. कारण झोपल्यावर बहुतेक हर्निया दिसेनासे होतात. चुकून दुसऱ्या बाजूला छेद घेतला तर सगळाच गोंधळ होतो. पूर्वी असेच आमचे मुख्य डॉ. सी. एस. पटेल यांच्या बाबतीत झाले होते. कधी नव्हे ते त्यांनी एका पेशंटची किडनी काढून टाकण्याचे ऑपरेशन करण्याचे ठरवले. सगळे असिस्टंट ऑनररीज ऑपरेशन थिएटरमध्ये उपस्थित होते. नेमका छेद घेणार इतक्यात कुणीतरी कुजबुजले, किडनी दुसऱ्या बाजूची काढायची आहे. झाले! पटेलसरांनी अभूतपूर्व आरडाओरडा केला. सगळ्या रेसिडेंटचाच नव्हे तर असिस्टंट ऑनररींचाही उद्धार केला व चाकू फेकून देऊन लांब ढांगा टाकत थिएटरमधून निघून गेले!

ऑपरेशनच्या दिवशी पहाटे लवकर उठून मी वॉर्डात गेलो. पेशंटचे प्रिपरेशन केले. म्हणजे ऑपरेशनच्या जागेवरचे केस काढले, निरनिराळी जंतुनाशके लावून त्यावर स्टरलाईज बँडेज बांधले.

नंतर थिएटरमध्ये सगळ्यांच्या आधी गेलो. मला सर शिकवणार ते ऑपरेशन शेवटी ठरले होते. मी अधीर झालो होतो, बाकीच्यांना त्याची जाणीवही नव्हती. बाकीची ऑपरेशन्स संपल्यावर सरांनी माझी केस घ्यायला सांगितले. मी पेशंटला स्वत: बोलावून आणले व ऑपरेशन टेबलवर झोपवले. भूल देणाऱ्यांना विनंती केली, की त्यांनी भूल द्यावी. पाठीत इंजेक्शन देऊन बेंबीखालचा भाग त्यांनी बधिर केला. सरांनी मला वॉश होऊन प्रिपेअर करायला सांगितले. मी डाव्या बाजूला उभा राहिलो. सर म्हणाले, 'अरे! तू ऑपरेशन करणार आहेस, तू उजव्या बाजूला उभा राहा.' मला मनातून खूप आनंद झाला. गाउन-मास्क

घातल्यामुळे तो आनंद कोणालाही दिसला नाही.

यापुढील एक तास सर मला ‘काप’, ‘पकड’, ‘बांध’ अशा ऑर्डर्स देत होते व मी ‘ऑपरेशन’ करत होतो. मला काहीही समजत नव्हतं. मी कुठे कापतोय, काय कापतोय काही कळत नव्हतं. समोर सर ऑर्डर सोडत होते, अन् मी करत होतो. शेवटचे टाके घातले व ऑपरेशन संपले.

सरांनी अभिनंदन केले! रजिस्ट्रारने, कोहाउसमनने, सिस्टरने सगळ्यांनी अभिनंदन केले! पण मला अजिबात आनंद झालेला नव्हता. माझे पहिले ऑपरेशन मला न समजताच झाले होते!

खरे बघितले तर सरांच्या उपस्थितीमुळे माझ्यावर फार टेन्शन आले होते. मी काय करतोय ते मला कळतच नव्हते. घामाघूम झालो होतो. छातीत धडधडत होतं. सर कधी रागावतील व माझ्या हातून काही चूक होईल का, याची भीती वाटत होती.

सर्जरी शिकायची ठरावीक पद्धत अशी आहे. प्रथम आपल्यापेक्षा सीनिअर रेसिडेण्टला असिस्ट करायचे. नंतर आपल्याला सीनिअर असिस्ट करायचे. त्यानंतर आपण ज्युनिअरला मदतीला घेऊन स्वत: ऑपरेशन करायचे. या वेळीही सीनिअर आपल्या जवळपास असेल व आपल्या नकळत आपल्यावर लक्ष ठेवील.

स्वत: केल्याशिवाय कोणत्याही गोष्टीचा आत्मविश्वास येत नाही. त्यामुळे मी जेव्हा युनिट हेड झालो, तेव्हा माझ्या रेसिडेण्टना स्वतंत्र ऑपरेशन करायला देत असे. अर्थातच पहिल्या तीन स्टेप्स झाल्यानंतर. पण मी बाहेरच्या सर्जन्स रूममध्ये बसत असे व ऑपरेशन करणाऱ्याला कोणतीही अडचण आली किंवा त्याने काहीही चूक केली तर मी निस्तरेन अशी त्याची खात्री असे. त्यामुळे माझे सगळे रेसिडेण्ट्स खूपच आत्मविश्वासाने ऑपरेशन्स करू लागले व त्याचा मला अभिमानच वाटतो.

आमच्या वेळी ज्युनिअरला तर सोडाच, पण तीन वर्षे काम केलेल्या रजिस्ट्रारलाही स्वतंत्र ऑपरेशन करण्यास देत नसत. आम्ही खरे शिकलो व कॉन्फिडन्स मिळवला तो ऑनररी झाल्यावरच. तुम्हाला कोणताही दबाव नसताना पूर्णपणे स्वत:च्या जबाबदारीवर ऑपरेशन्स करायची संधी मिळाली, तरच तुम्ही कॉन्फिडंट सर्जन होऊ शकता. ती संधी मला गांधी मेमोरिअल हॉस्पिटलमध्ये रजिस्ट्रार असताना माझे बॉस नोकरी सोडून गेल्यामुळे मिळाली. नंतर ससूनमध्ये स्वत: युनिटहेड झाल्यावर भरपूर मिळाली.

* * *

## कॉट नंबर २ -
## मुंबई

एम. बी. बी. एस.ची परीक्षा झाल्यावर काय करायचे, हे माझ्या मनात पक्के होते. शाळेत असल्यापासून पुण्यातील एक चांगला सर्जन व्हावयाचे माझे ध्येय होते. माझ्यापुढे डॉ. सुलाखेंचा आदर्श होता. त्यांनी इंग्लंडला जाऊन FRCS केले होते. माझ्याही मनात तेच होते. त्यासाठी लागणाऱ्या सीएमओच्या पोस्टसाठी मी सेंट जॉर्ज हॉस्पिटलमध्ये अर्जही केला होता. मला ती पोस्टही मिळाली होती. आता फक्त पासपोर्ट काढून इंग्लंडला जायचे एवढेच उरले होते. त्या वेळी मनात खर्चाचा विचारही आला नव्हता. दादा काहीही करून ती सोय करतील, याची खात्री होती. खरोखरच तशी परिस्थिती नव्हतीच. साधे फीचे पैसेही ते कसेतरी जमा करून देत असत. चारही भावंडे शिकत होती. पैसा दिसत नव्हता पण माझ्या कल्पनेच्या भराऱ्या व जिद्दीपुढे मला बाकी कशाचाच विचार नव्हता. आता त्याचे आश्चर्य वाटते! सगळी सोंगे आणता येतात, पण पैशाचे सोंग आणता येत नाही. १९६० साली दादांची सुलाख्यांशी असणारी पार्टनरशिप संपली. तेव्हा सर्व हॉस्पिटल १७ खोल्यांचे, कॉट्स, हत्यारे, फ्रीज सर्वांची किंमत फक्त ६,०००/- रुपये काढली होती. आणि दादांना त्या वेळी कोणीही ६,०००/- रुपये दिले नाहीत. बँकांनी, नातेवाइकांनी कोणीही मदत केली नाही! नाहीतर ते हॉस्पिटल आमचे झाले असते. त्या वेळी ६,०००/- रुपये म्हणजे फारच मोठी रक्कम होती. अशा परिस्थितीत मला दादांनी इंग्लंडला कसे पाठवले असते याचा विचारही माझ्या मनात आला नाही, याचे आश्चर्य वाटते. पण त्याच वेळी मला काय बुद्धी झाली कोण जाणे, मी नुकताच पुण्यात आलेल्या व आम्हाला शेवटच्या वर्षी शिकवलेल्या डॉ. मनोहर जोशी यांना

भेटायला गेलो ते एम. एस., एफ. आर. सी. एस. होऊन आले होते. त्यांनी दिलेल्या बहुमोल सल्ल्यामुळे मी एफ. आर. सी. एस. ला इंग्लंडला न जाता इथेच एम. एस. करायचे ठरवले. त्यांच्या म्हणण्याप्रमाणे मला जर पुण्यात प्रॅक्टिस करायची असेल तर ससूनमध्ये ऑनररी पोस्ट मिळवणे अत्यंत आवश्यक होते. नंतर एफ. आर. सी. एस. करणे योग्य होते. हा त्यांचा सल्ला मला पटला. मी एम. एस. करायचे ठरवले. पुण्यापेक्षा मुंबईला एम. एस. करणे जास्त फायदेशीर असल्याचे त्यांनीच सांगितले. मग मी ग्रँट मेडिकल कॉलेज व जे. जे. हॉस्पिटल येथे सर्जरीच्या पोस्टसाठी अर्ज केला. मला विनास्टायपेंड पोस्ट मिळाली. मी ती घेतली. दादांनी मला पाचशे रुपये देऊन मुंबईला पाठविले. स्टायपेंड नसल्यामुळे अत्यंत काटकसरीने राहावे लागणार होते. माझी त्याला तयारी होती.

मला मिळालेल्या युनिटचे मुख्य डॉ. सी. एस. पटेल हे विख्यात चेस्ट सर्जन होते. त्यांचे असिस्टंट म्हणून डॉ. एन. के. पारीख हे जनरल सर्जन, डॉ. नेमिश शहा व डॉ. एम. पी. मेहता हे थोरॅसिक सर्जन होते. जे. जे. तले सगळे वातावरण इंग्लिश होते. प्रथम मला ते फार जड गेले. सगळे एकमेकांशी इंग्लिशमध्येच बोलत असत, नर्सेससुद्धा!

पहिल्या दिवशी मी वॉर्डमध्ये गेलो, तेव्हा आमचा रजिस्ट्रार मल्होत्रा भेटला. ६ फूट उंच, धिप्पाड. मी त्याला सर म्हणून हाक मारल्यावर त्याने मला सांगितले, की तो फक्त एका वर्षाने सिनिअर आहे. त्याला सर म्हणायची जरूर नाही. माझी सहाध्यायी डॉ. कूपर नावाची मुलगी व डॉ. गोन्सलव्हीस गोवॅनीज होता व कायम टायमध्ये असे. हे सगळे ग्रॅन्ट मेडिकलचे विद्यार्थी व मीच फक्त पुण्याचा भटजी! हळूहळू मी त्यांच्यात रुळू लागलो. पण प्रथम मला जाणीव झाली, की हे मला शस्त्रक्रिया करू देत नसत. मी फार नर्व्हस होई. शस्त्रक्रियाच करायला मिळणार नसतील, तर या पोस्टचा काय फायदा! पण हळूहळू डॉ. पारीखनी मला किरकोळ शस्त्रक्रिया देऊ केल्या. मला अजून तो दिवस आठवतो आहे. त्या दिवशी डॉ. पारीखनी मला हार्नियाच्या ऑपरेशनला असिस्ट केले. हे पकड, हे काप असे पूर्णवेळ चालले होते. मी काय करतोय हे मलाच समजत नव्हते. एक महिन्यानंतर थोरॅसिक सर्जरीची स्टायपेंडरीची पोस्ट जाहीर झाली. ती याच युनिटमध्ये होती. युनिट एकत्र असल्याने जनरल सर्जरी पण करायला मिळणार होती. शिवाय १२५ रुपये स्टायपेंड मिळू लागला. त्यामुळे दादांकडे पुन्हा पैसे मागावे लागले नाहीत.

प्रथम मला जुन्या हॉस्टेलमध्ये खोली मिळाली. त्या खोलीत सातारकडचा एक वाडकर नावाचा मुलगा राहत होता. हा सातारकडचा म्हणून मला आनंद झाला. पण त्याच्या कॅरेक्टरबद्दल काही कानावर आले. लगेच मी माझे सामान उचलले. पॅथॉलॉजीला पोस्ट ग्रॅज्युएशनसाठी आलेल्या माझ्या वर्गमित्रांच्या खोलीत राहू लागलो. एका खोलीत आम्ही सातजण राहत होतो पण कधीही अडचण वाटली नाही. मजेत राहत होतो. संध्याकाळी फिरायला– सिनेमाला जात होतो. एकदा सगळ्यांनी फोर्टमध्ये जाऊन एका शिंप्याकडून एकसारख्या काळ्या रंगाच्या पँट शिवून घेतल्या. निरनिराळी हॉटेल्स पालथी घातली. मुंबई एन्जॉय करत होतो.

जे जे मधले सहा महिने संपले. माझे बॉस रिटायर झाले. मग एन. के. पारीख बॉस झाले. त्यांच्याकडे मी माझे एम. एस.चे पी. जी. टीचर म्हणून नाव बदलून घेतले. पण आता दुसरीकडे पोस्ट हुडकणे आवश्यक होते. मला निरनिराळे अनुभव घ्यायचे होते म्हणून थोरॅसीक व जनरल सर्जरीनंतर जी. टी. मध्ये इ.एन.टी.च्या पोस्टसाठी अर्ज केला. तिथे इ.एन.टी. बरोबर नेत्र व दंतचिकित्सा अशी संयुक्त पोस्ट मिळाली. ती मी घेतली.

जी. टी. च्या क्वार्टर्स अगदी वाईट होत्या. मोठ्या बरॅकीसारख्या खोल्या. धूळ भरपूर. इ.एन.टी. ला डॉ. जोशी व पटेल होते. मला फक्त टॉन्सिल्स काढायला शिकायचे होते. फडे नावाचा क्लासमेट माझ्याबरोबर इ.एन.टी. ला होता. दर ऑपरेशन डेला आम्ही ८-१० टॉन्सिल्सची ऑपरेशन्स करत असू. इथली मेस चांगली नव्हती. म्हणून सरदारगृहात काही दिवस जेवत होतो. मुंबईला बऱ्याच ठिकाणी जेवण्याचा किंवा खानावळीचा डबा खाण्याचा अनुभव घेतला. कोठलेही जेवण दोन दिवस बरे वाटे! मग तूप, गूळ, साधे वरण, ताक यांवर भागवावे लागे. ऑपरेशन डेला जेवायला खूप उशीर होई व थंडगार जेवण नको वाटे. अशा वेळी समोरच्या इराण्याकडचा चिकन मसाला व ब्रेड उत्तम वाटे! इ.एन.टी.मध्ये टॉन्सिल्स काढायचे शिकून घेतले. इतरही बरेच शिकलो; पण मला शेवटी जनरल सर्जरीच करायची होती. त्यामुळे बाकीचे फारसे उपयोगी नव्हते. दात काढायला व डोळ्यांची किरकोळ ऑपरेशन शिकलो. सहा महिने संपायच्या आतच पुढच्या पोस्टसाठी प्रयत्न सुरू झाले. टाटा हॉस्पिटलमध्ये एक पोस्ट रिकामी आहे, असे कळले. लगेच अर्ज केला व ती मिळाली. मागून असे कळले की ती पोस्ट डॉ. मेहेर होमजी या विक्षिप्त सर्जनच्या हाताखाली होती व तिथे कोणीही टिकत नव्हते. मेहेर होमजी हे पारशी MS. FRCS सर्जन होते.

टाटा हॉस्पिटल पारशांचेच. त्यामुळे हे गेली पंचवीस वर्षे तिथे टिकून होते. सर्जरी करायला ते भीत असत. नाइलाजाने सर्जरी करायचा प्रसंग आलाच, तर ते दुसऱ्या कोणाला, बहुधा पेमास्टरना बोलवत असत. पेशंटला घाबरवून सोडण्यात त्यांचा हातखंडा होता. ऑपरेशनसाठी कन्सेंट फॉर्ममध्ये ते पेशंटला सांगत, की त्याला ऑपरेशनआधी, ऑपरेशनमध्ये किंवा ऑपरेशननंतरही मृत्यू येण्याची शक्यता आहे. अशी कन्सेंट घेतल्यावर बहुधा पेशंट पळून जात असे. मेहेर होमाजी खूप वाईट वाटल्याचे दाखवत; पण मनातून आनंदी होत असत. दिवसभर हॉस्पिटलभर फिरत असत व सगळ्यांची थट्टा करत असत. रोज ५० सिगारेटचा एक टिन त्यांना लागत असे. ते प्रौढीने सांगत की, ''गेली २५ वर्षे मी रोज ५० सिगारेटी ओढत आहे व मला काहीही झालेले नाही! म्हणजे सिगारेट ओढण्याने कॅन्सर होतो, हे खोटे आहे. कॅन्सर होण्याला आणखीही काहीतरी कारण असले पाहिजे. ते कारण अजूनही कोणाला कळलेले नाही!'' या विक्षिप्त माणसाबरोबर काम करणे अवघडच होते. शिवाय कामही काही नाही! मला खूप पश्चात्ताप झाला. सगळ्यांना अभिमानाने सांगायला टाटात काम करतोय; पण खरी परिस्थिती तेथे काम करणाऱ्या सर्वांना माहीत होती. पेमास्टर, बोर्जेस व जसावाला या तिघांच्या युनिटमध्ये खूप काम होते. पेमास्टर हेही पारशी! आनंदी व थोडे काम पण व्यवस्थित करणारे! त्यांचा रजिस्ट्रार राजा राव! हा पुढे टाटाचा डायरेक्टर होऊन रिटायर झाला. हाउसमन मुरली कामत. हा पुढे युरॉलॉजिस्ट झाला. बोर्जेस हे एकच जगप्रसिद्ध कॅन्सर सर्जन होते व टाटा म्हणजे बोर्जेस असेच समीकरण होते. ते सकाळी ८ पासून रात्री ११ वाजेपर्यंत अखंड काम करत. टाटात येणारे ९० टक्के पेशंट डॉ. बोर्जेसचे असत. पेशंट पाहणे, ऑपरेशन्स करणे व वॉर्डात ऑपरेशन केलेले पेशंट पाहणे हे एकाआड एक सर्ववेळ चालू असे. अत्यंत साधे व कायम हसतमुख असलेले डॉ. बोर्जेस. त्यांच्या सान्निध्यात आलेला कोणीही त्यांना विसरू शकणार नाही. छोटीशीच मूर्ती, फार गोरे नाहीत, सदैव टाटा हॉस्पिटलच्या ड्रेसमध्ये- म्हणजे पायजमा, कुडता व एप्रन. अत्यंत उत्साही. त्यांचा हाउसमन त्या वेळी अजित फडके होता. तो खूप शांत! बोर्जेसच्या ४ फेऱ्या होत, त्या वेळी त्याची एक फेरी होई. त्याने पेशंटला बघायच्या आधी बोर्जेसने दोन वेळा बघितलेले असे! बोर्जेसचे ऑपरेशन्सचे स्किल अवर्णनीय होते. अन्ननलिकेच्या कॅन्सरचे त्यांनी केलेले ऑपरेशन पाहणे हा खूप आनंदाचा भाग होता. मी दुसऱ्या युनिटमध्ये होतो, तरी जातायेता ते माझी चौकशी नावाने करीत.

जसावाला यांचा रुबाब औरच होता. गोरेपान, धिप्पाड व मोठ्या काळ्याभोर मिशा असलेले पारशी. हे आणि मेहेर होमजी विक्षिप्तणात एकमेकांशी चढाओढ करणारे. सकाळी हॉस्पिटलमध्ये आल्यावर हे तिन्ही पारशी सर्जन शॉवर घेत व पावडर लावून कपडे न घालता त्यांच्या खोलीत हिंडत असत. त्यांतले पेमास्टर फक्त कपडे घालून हिंडत असत! प्रथम मला बॉसला अशा अवतारात बघायची लाज वाटत होती. पण हळूहळू सवय झाली. त्यांना लाज वाटत नाही, तर आपण कशाला लाजा? तर हे जसवाला जगप्रसिद्ध कॅन्सर सर्जन होते. त्यांची प्रसिद्धी त्यांना मिळालेल्या निरनिराळ्या आंतरराष्ट्रीय व राष्ट्रीय सन्मानांमुळे होती. पण त्यांना ऑपरेशन करताना बघणे भीतिदायक होते. हे मेहेरजीच्या अगदी उलट म्हणजे खूपच धाडसी होते. एकदा हातात cautery घेतली, की सर्व कॅन्सर झटक्यात कापून वेगळा करत. रक्तस्राव कंट्रोल करण्याच्या भानगडीत पडत नसत. ते काम असिस्टंटवर सोपवून ते सरळ क्वार्टर्समध्ये जाऊन पुन्हा शॉवर घेऊन, पावडर लावत बिनकपड्यांचे फेऱ्या मारत असत. पेशंटला जिवंत ठेवण्यासाठी असिस्टंटची त्रेधा खूपच होई.

अशा वातावरणात मला दिलासा देणारी एक घटना घडली. ती म्हणजे प्रफुल्ल देसाई व शिरीष भन्साळी हे असिस्टंट सर्जन म्हणून टाटात आले. प्रत्येकाला दोन युनिट मिळाली. आमच्या व पेमास्टरच्या युनिटमध्ये भन्साळी आले, हे मी माझे भाग्य मानतो. भन्साळी हे खूप हुशार, सगळ्या परीक्षा पहिल्या नंबरने पास झालेले व अत्यंत पद्धतशीर व मनापासून काम करणारे होते. त्यांच्यामुळे आमच्या युनिटमध्ये मोठमोठ्या शस्त्रक्रिया होऊ लागल्या व मला अनुभव चांगला मिळू लागला. भन्साळींनी माझ्यावर खूपच मेहनत घेतली व कधीही न रागवता चांगले काम कसे करावे ते शिकवले. भन्साळी असल्यामुळेच मी माझी पोस्ट कंटीन्यू केली. मला रजिस्ट्रारची पोस्ट मिळाली. माझा हाउसमन मला एक वर्षांनी सीनिअर असलेला गवाडिया हा पुण्याचाच होता. आम्ही दोघांनी खूपच एन्जॉय केले. गवाडियाचे लग्न झालेले होते व माझेही त्याच वेळी लग्न झाले. गवाडियाला मुंबईतली सर्व हॉटेल्स, निरनिराळे खाद्यपदार्थ उत्तम मिळणारी दुकाने, पानाचे ठेले सर्व माहीत असे. मेहेर होमजीला कसे सांभाळायचे हे आम्हा दोघांना आता पूर्ण माहीत झाले होते. कधी कधी आम्ही दोघेही बायकांना घेऊन फिरायला किंवा सिनेमाला जात असू. मेहेर होमजींची अशी सवय होती, की वॉर्डात काहीही सीरिअस नसले, तरीही दोघांनी हॉस्पिटल सोडून बाहेर जायचे नाही. त्यासाठी ते रात्री बरोबर ९ वाजता फोन करत असत.

त्यानंतर पुन्हा १५ मिनिटांनी फोन करून आम्ही हॉस्पिटलमध्येच आहोत, याची खात्री करून घेत असत. अशा त्यांच्या सवयींवर आम्ही एक जालीम तोडगा काढला होता. टेलिफोन ऑपरेटरशी आम्ही दोस्ती केली व बाहेरून आम्ही ऑपरेटरला बॉसचा फोन जोडून देण्यास सांगत असू. पंधरा मिनिटांनी पुन्हा तो आम्हाला फोन जोडून देई. त्यामुळे बॉसची खात्री होई व आम्हीही मजा करायला मोकळे राहत असू!

टाटात रजिस्ट्रार झाल्यावर माझा पगार ३०० रु. झाला व मग बायकोला घेऊन हॉटेल, सिनेमा, टॅक्सी याचे काही वाटेना. त्या काळात परळकडून पार्ल्याला टॅक्सी करायचे काही वाटेना. आम्ही बहुधा टॅक्सीनेच फिरत होतो. चैन करत होतो. सोने १५० रु. तोळा होते. मी बायकोला ४ तोळ्यांच्या पाटल्या केल्या. पुस्तके घेतली. कधीही पैसे कमी पडले नाहीत व दादांकडे मागावे लागले नाहीत.

माझे लग्न जादूगार रघुवीरांच्या बायकोच्या ओळखीने ठरले. मावशी आमच्या सरस्वती विलास हॉस्पिटलमध्ये नर्स म्हणून काम करत होत्या. त्यांची भाची, पार्ल्याच्या त्यांच्या विधवा बहिणीची मुलगी, सुधा. तिला पाहण्यासाठी मला गिरगावात माधवाश्रमात बोलवले. मी माझ्या मित्रांना बरोबर घेऊन गेलो. मुलगी बी.एस्सी. झालेली. सोज्वळ, सावळी व घाऱ्या डोळ्यांची कोकणस्थ! मला ती आवडली. तिला प्रश्न माझ्या मित्रांनीच जास्ती विचारले. पण जादूगार रघुवीरांनी आम्हा दोघांना बाहेर चक्कर मारून या, असे सांगितले. त्या चक्कर मारण्याने खरी जादू केली. पण खोलीवर आलो तरी माझ्या मनाची खात्री होत नव्हती. माझ्या मित्रांनी मुलगी चांगली असल्याचा निर्वाळा दिला होता, तरी तिला होकार द्यावा की नाही, हे ठरत नव्हते. शेवटी मी तिला भेटण्याचे ठरवले. सुधा त्या वेळी सोफया कॉलेजमध्ये डेमॉन्स्ट्रेटर म्हणून नोकरी करत होती. मी तिला फोन करून तेथे भेटायला येतो म्हणून कळवले. सोफया कॉलेज हे फक्त मुलींचे हायफाय कॉलेज. तिथल्या मुली एकदम मॉडर्न. तोकडे कपडे घालणाऱ्या मेकअप करणाऱ्या! तिथे सुधा त्या सगळ्या मुलींत अत्यंत साधी! पांढरी साडी, दोन वेण्या व निरागस भाव. तिला घेऊन शेजारच्याच हॉटेलमध्ये मी गेलो. कॉफी-केक मागवले. मला ती पसंत आहे पण मी तिला पसंत आहे का, हे विचारले. तिने होकार दिल्यावर एकदम माझ्यावर खूप मोठी जबाबदारी येऊन पडल्यासारखे वाटले. एका क्षणात मी मोठा झालो व मला तिची खूप काळजी वाटू लागली. तिला मी कसलीही काळजी करू नकोस, असे सांगितले. आपला

संसार उत्तम होईल, अशी तिला खात्री दिली. खोलीवर येऊन मी दादांना पत्र लिहिले व याच मुलीशी मी लग्न करणार असल्याचे व त्यांच्याकडून कसलीही अपेक्षा, विशेषत: आर्थिक, न करण्यास बजावले! तिच्याशी बोलताना मला तिच्या घरची परिस्थिती कळली होती. राहते घर सोडले तर त्यांच्यापाशी काहीही नव्हते. मोठा भाऊ रेल्वेत नोकरी करत होता. मधला रेडिओ इंजिनिअर म्हणून बोटीवर होता. धाकटा शिकत होता, पण त्याला फिट्स येत व सर्वांत धाकटा मानसिक आजारी असे. वडिलांचे या मुलांच्या लहानपणीच निधन झाले होते.

माझ्या पत्रामुळे लग्नाची बोलणी अशी न होता लग्न ठरले. माझ्या अनुपस्थितीत पुण्याला साखरपुडा झाला. माझ्या आवडीने कमळाच्या आकाराची अंगठी मुलीला दिली.

साखरपुड्यानंतर मी सुधाबरोबर खूप भटकलो. जे. जे.च्या काशिनाथ घाणेकरने केलेल्या रात्रीच्या नाटकाला पण गेलो. नाटक संपायच्या आधीच लोकलने तिला घरी पोचवले. तिच्या घरातील सगळी मंडळी काळजी करत बसली होती. लग्नाआधी मुलीने मुलाबरोबर फिरणे त्यांच्यातील ज्येष्ठ मंडळींना पसंत नव्हते. पण मला तिच्याशिवाय एकही दिवस काढवत नव्हता. ती माझ्या क्वार्टर्समध्ये येत होती व आम्ही जवळजवळ रोज कुठे ना कुठेतरी जात होतो. माझा उत्साहही अवर्णनीय होता. पण तिच्या अशक्त प्रकृतीला ते झेपत नव्हते. मी तिचे रक्त तपासून घेतले. तिला ॲनिमिया होता म्हणून रक्तवाढीची इंजेक्शन्स दिली. पायी लांब चालणे तिला दमवत असे, म्हणून शक्य तेवढे टॅक्सीनेच फिरणे होई. तिच्याबरोबर फिरताना एक प्रकारचा अभिमान वाटे, आनंद वाटे; पण तिची जबाबदारी व काळजीही वाटे. हा साधारण दीड महिन्याचा साखरपुड्यानंतरचा व लग्नाआधीचा काळ हवेत तरंगत कधी संपला, ते कळलेच नाही. हा काळ कधीच संपू नये असे वाटत होते व इतक्या लवकर लग्नाची तारीख येऊ नये, असे वाटत होते.

पण १२ मार्च ही तारीख उगवलीच. लग्न पार्ल्याला टिळक स्मारक मंदिरात होणार होते. आम्ही पुण्याहून वऱ्हाड घेऊन एस.टी.ने पार्ल्याला आलो. पार्ल्याची काहीच माहिती नव्हती. खूप फिरल्यावर टिळक मंदिर सापडले.

लग्न तिच्या भावांनी व त्यांच्या मित्रांनी खूप कष्ट घेऊन उत्तम केले. घरी श्रीखंड केले होते. संध्याकाळी रिसेप्शनला पोलीस बँड आणला होता. टाटातून मेहर होमजी, देसाई, भन्साळी व सगळे हाउसमन आले होते. माझेही सगळे मित्र आले होते. दुसऱ्या दिवशी पहाटे एसटीने आम्ही सगळे पुण्याला आलो. त्या

दिवशी संध्याकाळी सुधाला (आता तिचे नाव मी नीलाक्षी ठेवले होते) घेऊन पूर्ण वुलनचा सूट घालून रिक्षाने एरंडवणा बागेत गेलो. खूप उकडत होते पण बायकोवर इंप्रेशन मारण्यासाठी सूट आवश्यक होता. सौ. नीलाक्षीने सुरुवातीच्या काळात नोकरी करून माझ्या संसाराला आर्थिक बळ दिले. मला संसाराकडे व मुलांच्या शिक्षणाकडे अजिबात लक्ष द्यावे लागले नाही. तिच्या खंबीर आधारानेच माझी दोन्ही मुले डॉक्टर झाली व मी पूर्णवेळ सर्जरी करू शकलो.

टाटामध्ये रजिस्ट्रार म्हणून खूप ऑपरेशन्स करायला मिळाली. खूप कॅन्सरचे पेशंट बघायला मिळाले. सगळ्या देशातून व परदेशातूनही पेशंट्स येत असत. त्या वेळी हॉस्पिटल त्या मानाने छोटे होते. तळमजल्यावर कन्सल्टिंग रूम होत्या. चार सर्जनच्या चार. शिवाय रेडिओथेअरपीचा विभाग होता. त्याला जोडून एक्स-रे डिपार्टमेंट होते. त्याचे मुख्य डॉ. व्होरा होते. वयस्कर असूनही खूप उत्साही होते. त्या वेळी फक्त डीप एक्स-रेचीच सोय होती. कोबाल्ट आलेले नव्हते. शिवाय एक डेण्टीस्ट्रीचा विभाग होता. तिथे डॉ. घटालिया होते. तोंडाच्या ऑपरेशनआधी पेशंटचे सगळे दात काढले जात. फिजिओथेरपीचा विभाग नुकताच सुरू झाला होता.

रोज कोणाची तरी ओपीडी असे. खूपच गर्दी असे. आम्हाला ओपीडी संपवायला दुपारचे दोनतरी वाजत.

पहिल्या मजल्यावर जनरल व सेमी प्रायव्हेट वॉर्ड, रेसिडेंट क्वार्टर्स, दोन ऑपरेशन थिएटर्स होती. तिसऱ्या मजल्यावर प्रायव्हेट वॉर्ड होता. पॅथॉलॉजी डिपार्टमेंट व लायब्ररी होती. पॅथॉलॉजीचे मुख्य डॉ. शिरसाट हे जगप्रसिद्ध पॅथॉलॉजिस्ट होते. संपूर्ण स्टाफ हे एक कुटुंब असल्यासारखे होते. मेसमध्ये गोसावी म्हणून अटेंडण्ट होता. तिथे जेवण व ब्रेकफास्ट मिळे तो तळघरातील किचनमधून येई. लिफ्ट एकच होती. तळघरात लाँड्री होती. तिथून कपडे धुऊन वाळवून व इस्त्री करून येत असत. आम्हाला दोन ड्रेस (पायजमा, कुडता) रोज मिळत. त्यामुळे सकाळी एक व संध्याकाळी एक असे आम्ही वापरत असू. चोवीस तास गरम पाणी असे. त्यामुळे कितीही वेळा गरम पाण्याच्या शॉवरने स्नान करता येत असे. शस्त्रक्रियेनंतर हमखास रक्तबंबाळ शरीर. स्नान करून कपडे बदलावे लागत.

टाटामधील पोस्ट संपण्याआधीच गांधी मेमोरिअल हे इ.एस.आय. चे हॉस्पिटल सुरू होणार असल्याचे कळले. तिथे रजिस्ट्रारच्या जागेसाठी अर्ज केला व माझे सिलेक्शन प्रथमक्रमांकाने झाले. इंटरव्ह्यूमध्ये माझा टाटातील

अनुभव जास्त उपयोगी ठरला.

एमजीएमची पोस्ट मिळाल्यावर टाटाची पोस्ट सोडली. शेवटी मला जनरल सर्जरीचा अनुभव घेणे जास्त जरुरीचे होते. टाटामधील अनुभवामुळे मला बराच कॉन्फिडन्स आला होता. त्यामुळे एमजीएमच्या पोस्टमध्ये मी खूप आत्मविश्वासाने काम करू लागलो. इथे क्वार्टर्स नव्या कोऱ्या व बाळूची मेस अप्रतिम होती. जवळजवळ सहा महिने आम्ही सर्व रेसिडेण्ट बिनकामाचे खाऊन-पिऊन मजा करत होतो. पगारही टाटापेक्षा थोडा जास्त होता. सहा महिन्यांनी हॉस्पिटल सुरू झाले. माझी नेमणूक डॉ. अडी मोदी ह्या पारशी सर्जनकडे झाली. हे फॉरिन रिटर्न MS. FRCS होते. पण थोड्या दिवसांत ते हॉस्पिटल सोडून गेले. हॉस्पिटलचे मुख्य सर्जन आपटेकर यांनी मला युनिट सांभाळायला सांगितले व जरूर पडल्यास मदत करण्याचे आश्वासन दिले. मला खूप आनंद झाला. संपूर्ण स्वतःच्या जबाबदारीवर पेशंट तपासणे, ऑपरेशन करणे व मागूनची देखभाल करणे असा मोठाच अनुभव मला मिळाला. कोणती ऑपरेशन्स करायची हे मीच ठरवायचे व मीच करायची. दर ऑपरेशन डेला कमीत कमी १०-१२ ऑपरेशन्स करावी लागत. निरनिराळ्या प्रकारे ऑपरेशन्स करायचे खूप प्रयोग मी केले. माझा हाउसमन पुण्याचा अरुण लिमये होता. हा पठ्ठ्या दर शुक्रवारी संध्याकाळी सोलापूरला इंटर्नशिप करणाऱ्या प्रेयसीला भेटायला जायचा तो सोमवारी उगवायचा! त्याला सांभाळून घेता घेता माझ्या नाकीनऊ येत! पण एकूण मजा होती. माझा रूममेट डॉ. बी. बी. पाटील हा माझा क्लासमेटच इ.एन.टी.मध्ये रजिस्ट्रार होता. एम. एस.ला बसणारे आम्ही ६-७ जण होतो. त्यांत एक बारोड म्हणून नागपूरचा होत. दोन चौधरीबंधू जळगावचे होते. आम्ही रात्री एकत्र अभ्यास करत असू. रात्री भूक लागेल म्हणून कॉफी व डोसे आधीच आणून ठेवत असू. परळला एक कॉफी हाउस होते. तिथे मला मोठा मसाला डोसा दीड रुपयांना मिळे. कित्येक वेळा रात्री १-२ वाजता आम्ही खाण्याच्या शोधात परळपासून दादरपर्यंत जात असू. सगळ्या गाड्या रिकाम्या झालेल्या असत. मग दादर स्टेशनवर काहीतरी मिळे, नाहीतर चहा व बिस्किटे खाऊन आम्ही परत येत असू.

दुपारी बऱ्याच वेळा कुठे ना कुठे क्लिनिक्स अटेण्ड करत असू. के. ई. एम. समोरच होते. तिथे अखंड कोणी ना कोणी शिकवत असत. जनरल सर्जरीमध्ये भालेराव, समशी, टी. पी. कुलकर्णी; ऑर्थोपेडिक्सला बावडेकर हे कायम रात्रंदिवस हॉस्पिटलमध्येच असत.

आर्थर डीसा दर रविवारी सकाळी शिकवत, तसेच रविवारी जेजे मध्ये

डॉ. केळकर ९ ते २ शिकवत. भन्साळी रेल्वे हॉस्पिटलमध्ये दर गुरुवारी रात्री आणि प्रफुल्ल देसाईबरोबर दर सोमवारी संध्याकाळी टाटामध्ये शिकवत. जिथे कोणी काही शिकवतोय असं कळायचा अवकाश, की आम्ही तिथे हजर!

त्यामुळे एम. एस. करणाऱ्या मुंबईतील बहुतेक सगळ्या मुलांची ओळख झाली. एकदा आम्ही एम. एस.ला बसणाऱ्या मुलांनी आमचे एक्झामिनर असणाऱ्या डॉक्टरांना छान पार्टी ठरवली. हे डॉक्टर एका डोळ्याने आंधळे होते. त्यामुळे प्रत्येकाची त्यांच्या दिसणाऱ्या डोळ्यासमोर बसण्याची इच्छा होती. निदान परीक्षेच्या वेळी आपला चेहरातरी डॉक्टरांच्या लक्षात राहावा ही इच्छा! त्यांच्या लक्षात कोणी राहिले का नाही, हे कळायला मार्ग नव्हता. ऐन परीक्षेच्या वेळी चीनचे युद्ध सुरू झाले. एक अफवा उठली की जो कोणी सैन्यात दाखल होईल, त्याला परीक्षेला न बसता पास केले जाईल. त्यासाठी सगळ्यांची तयारी होती, पण ती अफवाच ठरली.

एम. एस.ची परीक्षा हा आमच्या सर्वांच्या जीवन-मरणाचा प्रश्न होता. माझ्या दोन हाउसमननी ४-५ वेळा प्रयत्न करूनही यश न आल्यामुळे ही परीक्षा सोडून दिली व जनरल प्रॅक्टिस सुरू केली! मी माझ्या विद्यार्थ्यांना नेहमी सांगतो, की एम. एस.चा टिळा समजा. नाही लागला म्हणून काय बिघडते. तुम्ही एम. बी. बी. एस. म्हणजे बॅचरल ऑफ मेडिसिन ॲण्ड सर्जरी आहातच! तुम्ही सरळ हॉस्पिटल काढून सर्जरी करू शकता. ३-४ वर्षे तुम्ही सर्जरी शिकलात तो अनुभव वाया का घालवता? प्रॅक्टिसमध्ये कोणी तुम्हाला तुमची डिग्री विचारत नाही. पेशंटला तुम्ही बरे केलेत म्हणजे झाले. अरुण लिमयेने हा सल्ला ऐकला व हॉस्पिटल व सर्जरी सुरू केली. एक्सरे मशीन घेतले. मोठ्या ऑपरेशनला तो माझ्यासारख्यांना बोलावत असे. छान जम बसवला व नंतर १० वर्षांनी तो एम. एस. पास झाला! दुसरा गोखले मात्र उत्तम जनरल प्रॅक्टिशनर झाला.

ही एम. एस.ची परीक्षा म्हणजे फार मोठा फार्स होता व आहे. या परीक्षेत कोणीही पास होतो व कोणीही नापास होऊ शकतो. पास होण्यासाठी खूप तयारी असणे जरुरीचे असते; पण नुसत्या तयारीने तुम्ही पास व्हालच याची खात्री नसते. आम्हाला ४-५ वर्षे सीनिअर असणारे डॉ. देशपांडे म्हणजे सर्व विषयांचे एन्सायक्लोपिडीयाच होते. सर्जरीप्रमाणेच सर्व विषयांचे सखोल ज्ञान त्यांना होते. पण ते ४ वेळा नापास झाले. आमच्याबरोबर रेळे नावाचा अत्यंत हुशार विद्यार्थी, जो इंटर सायन्सला बी ग्रुपमध्ये पहिला आला होता, तो चार वेळा

एम.एस.ला नापास झाला. त्याच्या उलट आमच्याबरोबर एक शहा होता– त्याला रोज संध्याकाळी तार येत असे की, "Everything has been done. Go ahead!" त्याचे सगळे चुकत असूनही तो पहिल्या वेळी पास झाला!

मुंबईमध्ये तर आम्हा पुणेकरांना कोणीच वाली नव्हता. जे.जे.च्या विद्यार्थ्यांना जे. जे. चे एक्झॅमिनर पास करत, तर के.ई.एम. च्यांना त्यांचे! एका वेळी आर. एन. कूपर नावाचे वयस्कर एक्झॅमिनर होते. ते सावकाश परीक्षा घेत. त्यांच्याबरोबर डॉ. डॉक्टर दुसरे एक्झॅमिनर होते. ते कूपर एक विद्यार्थी तपासेपर्यंत त्यांच्या विद्यार्थ्याला झटकन तपासून पास करून बाहेर काढत.

या परीक्षेत नुसत्या मेरिटवर पास होणारे फारच थोडे विद्यार्थी असत. बहुतेकांना थोडा टेकू लागे. अन् पुण्याच्या विद्यार्थ्यांना मुंबईत हा टेकू मिळणे अशक्यच असे. परीक्षेचा निकाल १५ ते २० टक्के लागे! त्यामुळे या परीक्षेचे खूपच टेन्शन होते. टेकू नसल्यास चिकाटीची जरुरी असे. एक विद्यार्थी २९ वेळा बसून पास झाला. त्याचे एक्झॅमिनर त्याचेच क्लासमेट झाल्यावर तो पास झाला. पण तोपर्यंत तो सगळी सर्जरी विसरला होता. कॉन्फिडन्स पूर्णपणे गमावला होता. मोठे हॉस्पिटल काढले पण ऑपरेशन्स करायचे धाडस होत नव्हते. शेवटी त्याने हॉस्पिटल बंद केले व पुन्हा जनरल प्रॅक्टीस सुरू केली.

परीक्षेचा धसका इतका मोठा होता, की पुढे कित्येक वर्षे परीक्षेची स्वप्ने पडत होती.

वाटत होते त्यापेक्षा पास झाल्याचा आनंद इतका मोठा होता, की त्यापुढे काहीही जास्ती आनंददायक नव्हते. एकदम आपण कोणीतरी आहोत. आपले ध्येय आपण खूप कष्टांनी गाठले आहे. आपण आता वडिलांना बोजा राहणार नाही. आत्मविश्वास तर एवढा होता, की आपण कोणतीही शस्त्रक्रिया निश्चितपणे यशस्वी करू. याची खात्री वाटत होती.

* * *

# कॉट नंबर ३ – 'कर्मभूमी'

सुरुवातीच्या काळात, म्हणजे १९६४ मध्ये, ससूनमध्ये फारशा सोयी नव्हत्या. ऑपरेशन थिएटरमध्ये ए.सी. नव्हता. पंखे होते पण उन्हाळ्यात फार गरम होत असे. जनरेटर नव्हता त्यामुळे लाइट गेले की पूर्ण अंधार होत असे. नंतर जनरेटर बसवले, पण ते लगेच सुरू होत नसत. कित्येक वेळा ऑपरेटर हजर नसे किंवा काहीतरी बिघाड झालेला असे. एकदा रात्री मी इमर्जन्सी ऑपरेशन करत होतो व पोट उघडल्यावर लाइट गेले. जनरेटर सुरू होईना. मी सिस्टरना टॉर्च द्यायला सांगितले, वॉर्डबॉय म्हणाला, टॉर्चमध्ये सेल नाहीत. मी कंदील द्यायला सांगितले. सिस्टर म्हणाल्या कंदील आहे पण त्यात रॉकेल नाही. मी मेणबत्ती मागितली तर ती पेटवायला काडेपेटी नव्हती. लाइट येईपर्यंत तसेच थांबण्याशिवाय काहीही पर्याय नव्हता.

चार थिएटरना मिळून ८ सक्शन मशीन्स व ८ कॉटऱ्या घेण्यात आल्या. पण लवकरच सगळ्या बिघडल्या. दुरुस्त करून घेण्यासाठी कोणीही मेकॅनिक तयार नसत, कारण सरकारी हॉस्पिटलचे पेमेंट ६-६ महिने होत नसे. मला आठवतंय, की औंधच्या चेस्ट हॉस्पिटलमध्को काम करणारा माझा सर्जनमित्र पेशंटच्या नातेवाइकांना सक्शन व कॉटरी भाड्याने आणायला सांगत असे. त्याशिवाय ऑपरेशन होत नसल्यामुळे गरीब पेशंटचे नातेवाईक हेही करत.

पावसाळ्यात कपडे वाळत नसत, त्यामुळे ऑपरेशन्स बंद ठेवावी लागत. इलेक्ट्रिसिटी नसल्यास स्टोव्हवर हत्यारे उकळून घेतली जात.

जखमा शिवण्यासाठी फक्त लिननच उपलब्ध असे. शरीराच्या आत वापरण्यासाठी कॅटगट मात्र मिळत असे. नाजूक काम करायला लागणारे नाजूक

धागे व हार्नियासाठी लागणाऱ्या जाळ्या फार उशिरा ससूनमध्ये आल्या. रबराचे सलाईन सेट व कॅथेटर फक्त मिळत. ते उकळूनच घेतले जात. त्यामुळे पायरोजेनमुळे येणारी थंडी सलाईननंतर अगदी हमखास असे.

स्टिकिंग प्लॅस्टरची नेहमीच टंचाई असे. ड्रेसिंग मटेरिअलही जपून वापरावे लागे. फारच थोडी औषधे उपलब्ध असत. त्यामुळे पेशंटना बऱ्याच गोष्टी बाहेरून आणाव्या लागत. त्या वस्तूंचा साठा प्रत्येक वॉर्डमधील निवासी डॉक्टरांकडे असे व जे पेशंट काहीही आणू शकत नसत, त्यांच्यासाठी त्यातील वस्तू, औषधे वापरली जात. शिवाय बरे होऊन घरी जाणारे पेशंट खुशीने काही पैसे देत असत. त्याचा प्रत्येक युनिटचा अकाउंट असे. त्यातील रक्कमही गरीब रुग्णांसाठी वापरली जात असे.

शस्त्रक्रियेच्या वेळी रक्त उपलब्ध करणे हे अजूनही अवघडच आहे. बहुतेक वेळा पेशंटला ॲडमिट करून नातेवाईक निघून जात, ते केवळ रक्त द्यावे लागेल म्हणून. आमचे निवासी डॉक्टर खूप खटपट करून रक्ताची सोय करत असत. त्यांना युनिटमध्ये जास्तीत जास्त ऑपरेशन्स होणे व त्यांतील काही त्यांना करायला मिळणे हे त्यावरच अवलंबून असे. एखादा आळशी निवासी डॉक्टर ऑपरेशन्स टाळण्यासाठी व सुट्टी मिळवण्यासाठी रक्त मिळत नसल्याचे कारण पुढे करत असे. त्याच्या उलट एखादा स्वत:ही रक्तदान करत असे.

इतक्या कमतरता असूनही आम्ही ससूनमध्ये खूप मोठमोठ्या शस्त्रक्रिया करून शकलो याचे कारण म्हणजे आमची जिद्द, आवड व आमच्या गरीब रुग्णांबद्दलची आत्मीयता. ससूनमध्ये जर ही शस्त्रक्रिया झाली नाही, तर हे गरीब रोगी दुसरीकडे जाऊ न शकल्याने बरे होणे अशक्यच. अजूनही परिस्थिती अशीच आहे. गरिबांना ससूनशिवाय पर्याय नाही. इतकी मोठी हॉस्पिटल्स होऊनही गरिबांना मोफत आरोग्यसेवा इतरत्र कोठेही मिळत नाही. मोठ्या खाजगी हॉस्पिटलना सरकारने इतक्या सवलती दिल्या असूनही त्यांना सक्ती असलेली २० टक्के बेड्स गरिबांसाठी कधीही शिल्लक नसतात.

ज्या वेळी पुण्यात कॅन्सरसाठी कोबाल्ट युनिट येणार होते, तेव्हा ते ससूनमध्ये येऊ नये म्हणूनच वरिष्ठ पातळीवर प्रयत्न झाले. ते रुबी हॉलमध्ये बसवले गेले. प्रथम ससूनच्या पेशंटना फुकट रेडिओथेरपी द्यायचे कबूल केलेले होते. हळूहळू चार्जेस आकारले जाऊ लागले व थोड्याच दिवसांत ससूनच्या पेशंटना सर्व पेशंटसारखेच भरपूर पैसे भरावे लागू लागले. अजूनही ससूनमध्ये रेडिओथेरपीसाठी कोबाल्ट युनिट नाही.

सीटी स्कॅन नुकताच आला. पण तो जास्तीत जास्त दिवस बंद कसा राहील, यासाठी बाहेरचे स्कॅनवाले कार्यरत असतात.

ससूनमध्ये काम करण्यात सगळ्यात मोठा आनंद म्हणजे असंख्य पेशंट. तरतऱ्हेचे आजार असलेले पेशंट. गरिबीमुळे नरम असलेले, अगतिक असल्याने नम्र असलेले व दुसरा मार्ग नसल्याने सोशीक असलेले. कॉट नसल्यास जमिनीवर झोपणारे. अशा पेशंटबद्दल डॉक्टर कितीही कठोर असला तरी त्याला पाझर फुटतोच. अशा पेशंट्सना मी तर माझे देवच मानतो. त्यांच्यावर उपचार करण्याची संधी मला मिळाली हे माझे भाग्यच. यांच्यामुळे मला खूप अनुभव मिळाला. त्यांच्यामुळे मला खूप शिकायला मिळाले. त्यांच्या चेहऱ्यावरील कृतज्ञता, समाधान, आनंद बघून मला खूप समाधान मिळाले. पुण्य मिळाले व आपण त्यांच्यासाठी काहीतरी करू शकलो, किंवा त्या शक्तिमान परमेश्वराने आपल्याकडून त्यांचे आजार बरे करून घेतले, याबद्दल खूप कृतज्ञता वाटते.

ससूनसारख्या बी. जे. मेडिकल कॉलेजला संलग्न असणाऱ्या हॉस्पिटलमध्ये जरी कित्येक गोष्टी नव्हत्या, तरी कित्येक सुविधाही होत्या. त्यांचा वापर करणाऱ्याला त्याचा निश्चितच फायदा मिळू शकतो.

सगळ्यात महत्त्वाची गोष्ट म्हणजे मनुष्यबळ. खाजगीमध्ये याची जाणीव आम्हाला सतत जाणवे. येथे भरपूर नर्सेस, वॉर्डबॉइज, निवासी डॉक्टर, भूल देणाऱ्या डॉक्टरांची टीम, वॉर्डमध्ये पेशंटची काळजी घेणारी निराळी टीम आहे. यामुळे मला तरी ससूनमध्ये काम करणे हे फाइव्ह स्टार मध्ये काम केल्यासारखे वाटे. मोठी मोठी ऑपरेशन्स करताना व नंतरही अजिबात तणाव राहत नसे.

ससूनसारख्या सरकारी हॉस्पिटलमध्ये काम करणे हे दुधारी शस्त्रासारखे असते. सहकारी डॉक्टर, विद्यार्थी, नर्सेस, वॉर्डबॉइज यांचे तुमच्यावर बारीक लक्ष असते. पेशंटच्या नातेवाइकांचेही तुमच्यावर लक्ष असते. तुमचे वागणे, पोशाख, सहकाऱ्यांशी, कामगारांशी, विद्यार्थ्यांशी, पेशंटशी व त्याच्या नातेवाइकांशी बोलणे-वागणे याकडे खूप लक्ष असते आणि या सर्वांपेक्षा तुमचे काम म्हणजे ऑपरेशन करतानाचे स्किल, आत्मविश्वास, निर्णयक्षमता यांकडे सर्वांचे बारीक लक्ष असते. परमेश्वरकृपेने माझ्याकडे पाहणाऱ्यांच्या नजरेत मला कौतुक व आदरच नेहमी आढळला. विद्यार्थ्यांची माझ्या युनिटमध्ये काम करण्यासाठीची उत्सुकता, भूल देणाऱ्या डॉक्टरांची माझ्या पेशंटला भूल देण्याची तत्परता, नर्सेस, वॉर्डबॉइजचे माझ्याविषयी कौतुक व आदर यांमुळे मला ससूनमध्ये ऑपरेशन्स करताना एक प्रकारचे उत्तुंग समाधान लाभे. याउलट, एखादा सर्जन

गबाळा, बोलण्यात अहंमन्य व सर्वांशी तुच्छतेने व हिडीसफिडीस करणारा असेल, तर सगळे त्याच्याविषयी वाईटच बोलत. याशिवाय जर एखादा सर्जन चेंगट असेल, छोटी ऑपरेशन्सही तासन् तास करत असेल, त्याच्यात आत्मविश्वास कमी असेल, सहकाऱ्यांवर व कामगारांवर उगाचच डाफरत असेल, तर त्याच्याविषयी सर्वांचेच मत वाईट होई. अशा सर्जनच्या बरोबर काम करणारे निवासी डॉक्टरही पेशंटना त्याच्याकडून ऑपरेशन करून घेऊ नये, असे सांगत.

चांगल्याचा उदो करणारेच वाइटाला मनसोक्त नावे ठेवत व त्याची प्रतिमा डागाळत. खाजगीमध्ये तुम्ही काहीही केलंत, कसेही वागलात तरी कोणाला कळत नाही; पण सार्वजनिक हॉस्पिटलमध्ये तुम्ही तुमची प्रतिमा चांगली ठेवण्यासाठी खूप प्रयत्न करणे जरुरीचे असते.

ससूनमध्ये काम करण्याचा दुसरा मोठा फायदा म्हणजे तुम्ही एका युनिटमध्ये काम करता.

तुम्हाला ज्येष्ठ सहकारी असतात. बरोबरचे व कनिष्ठही सहकारी असतात. त्यामुळे एखाद्या अवघड ऑपरेशनला चांगली मदत मिळते. एखाद्या पेशंटचे निदान करण्यासाठी ज्येष्ठ सहकाऱ्यांच्या अनुभवाचा फायदा मिळू शकतो. निरनिराळ्या सर्जन्सच्या शस्त्रक्रिया पाहता येतात व त्यातून खूप शिकता येते.

त्याच वेळी जर तुमचे सहाध्यायी किंवा वरिष्ठ जर चांगले वागणारे नसले, अहंमन्य असले व कोत्या मनाचे असले, तर मनस्तापही खूप होऊ शकतो. माझे एक ज्येष्ठ सहकारी का कुणास ठाऊक, स्वत:चे महत्त्व वाढवण्यासाठी सारखे मी मुख्य सर्जन आहे असा आरडाओरडा करत. मी किंवा माझ्या सहकाऱ्याने एखाद्या पेशंटला ऑपरेशन करायचा सल्ला दिला, तर ते महाशय त्याला ऑपरेशनची अजिबात जरुरी नाही असे सांगून डिस्चार्ज देत. जर एखाद्या पेशंटला ऑपरेशनची जरुरी नाही असे सांगितले, तर ते महाशय त्याला ताबडतोब ऑपरेशन थिएटरमध्ये नेऊन ऑपरेशन करत.

त्यांच्या ऑपरेशनचा धसका घेतलेले आमचे निवासी डॉक्टर अशा पेशंटला मधल्यामध्ये गुडूप करत. अशा वेळी या ज्येष्ठ डॉक्टरांचा रुद्रावतार बघण्यासारखा असे.

माझ्याबरोबर एक सर्जन होते. त्यांचा सर्जरी न करण्याकडे ओढा असे. ऑपरेशनशिवाय कोणताही रोग कसा बरा करावा. यावर ते तासन् तास लेक्चर देत, पाइल्सलाही इंजेक्श्न, प्रोस्टेटला इंजेक्शन अशी त्यांची ट्रीटमेंट असे. कोणते अँटिबायोटिक केव्हा द्यावे, यावर ते तासन् तास बोलत. अशा सर्जनबरोबर-

ज्याला आम्ही नॉन ऑपरेटिंग सर्जन म्हणत असू– काम करणे फारच मनस्तापाचे होते.

ससूनमध्ये काम करण्याचा आणखी मोठा फायदा म्हणजे हे हॉस्पिटल बी.जे. मेडिकल कॉलेजला जोडलेले आहे. त्यामुळे कॉलेजमधील सुविधा सहजच वापरता येत. कॉलेजची लायब्ररी खूपच चांगली आहे. विद्यार्थी असल्यापासून मी तिचा वापर केलेला आहे. ऑनररी झाल्यावर नियमित वेळ काढून जर्नल्स वाचत असे. पुस्तकेही रेफरन्ससाठी वाचत असे. त्याचा मला खूपच फायदा झाला. कित्येक सर्जन्सची ऑपरेशन्स मी बघितली; पण अगदी खरे सांगायचे तर, पुस्तके आणि जर्नल्स वाचूनच मी बरीचशी ऑपरेशन्स केली. पुस्तके हीच माझी खरी गुरू आहेत.

ॲनाटॉमी डिपार्टमेंटचाही खूप फायदा मला झाला. डेड बॉडीवर ऑपरेशन्स करून बघण्यामुळे खूपच आत्मविश्वास वाढला. नवनवीन ऑपरेशन्स प्रथम डेड बॉडीवर करण्याने पेशंटवर ती ऑपरेशन्स सहजपणे करता येत.

आमच्या कॉलेजच्या फार्मकॉलॉजी डिपार्टमेंटला जोडून डॉग हाउस होते. त्या हाउसमध्ये बेवारशी कुत्री पाळलेली असत. निरनिराळ्या औषधांच्या ट्रायल्स येथे चालत. प्राण्यांवर शस्त्रक्रिया करायला एक खास ऑपरेशन थिएटर होते, कुत्र्यांना भूल देण्यासाठी ॲनेस्थेटिस्ट येत असत. मी कुत्र्यांवरही शस्त्रक्रिया केल्या व त्यावर एक प्रबंधही लिहिला. या प्रयोगाचा फायदा म्हणजे माझ्याकडे काम करणाऱ्या निवासी डॉक्टरांना हे पाहायला मिळाले व त्यांनाही प्रयोग करण्याची प्रेरणा मिळाली. पॅथॉलॉजी डिपार्टमेंटमध्ये रोगांच्या स्पेसिमेनविषयी प्रोफेसरांशी चर्चा करता येत असे. या सर्व डिपार्टमेंटच्या सहाध्यायांशी सतत संपर्क ठेवल्यामुळे मला खूप शिकायला मिळाले व माझा आत्मविश्वास वाढून मी मोठमोठ्या व नवनवीन शस्त्रक्रिया करू शकलो.

कॉलेजशी जोडलेले हॉस्पिटल म्हणजे टीचिंग हॉस्पिटल, त्यामुळे आमच्याकडे एम.बी.बी.एस.च्या विद्यार्थ्यांच्या बॅचेस हॉस्पिटल ड्यूटीला असत. असा सतत विद्यार्थ्यांशी संपर्क असल्यामुळे, त्यांना शिकवावे लागत असल्यामुळे आम्हाला सतत वाचन ठेवून, कॉन्फरन्सेस अटेंड करून आपले ज्ञान अद्ययावत ठेवावेच लागे. तसेच सतत तरुणाईबरोबर वावरल्यामुळे उत्साह वाढत असे. वाढते वय विसरले जात असे, हा सगळ्यात मोठा फायदा. या सर्वांमुळेच माझी सगळ्यात आनंदाची वर्षे ससूनचीच होती, हे निर्विवाद.

* * *

## कॉट नंबर ४ -
## माझे गुरू

माझ्या आयुष्यात आलेल्या अनेक व्यक्तींकडून मी बऱ्याच गोष्टी शिकलो. त्या गोष्टींचे अनुकरण करायचे का त्या गोष्टी टाळायच्या, हे महत्त्वाचे होते. सर्जरीमध्ये फार थोड्या गोष्टी बघून, असिस्ट करून शिकता येतात. जर तुमच्यात जिद्द असेल, धाडस असेल व नवनवीन गोष्टीही करून बघायची आवड असेल, तर बरीच ऑपरेशन्स तुम्ही पुस्तकात वाचून किंवा जर्नल्समध्ये बघून करू शकता. फक्त तुम्हाला आत्मविश्वास पाहिजे व जोखीम (Calculated Risk) घेण्याची तयारी पाहिजे. सर्वांत महत्त्वाचे म्हणजे, हे सर्व करण्याची संधी तुम्हाला मोठ्या प्रमाणात मिळाली पाहिजे. पूर्ण निरंकुश स्वातंत्र्य असेल, तरच तुम्ही निरनिराळी ऑपरेशन्स करून बघू शकता आणि अशी संधी मला वर्षानुवर्षे ससून हॉस्पिटलमध्ये मिळाली. सर्वांत प्रथम मी माझ्या वडिलांना डॉ. शंकर रघुनाथ अंबिके यांना गुरू मानतो. अत्यंत प्रतिकूल परिस्थितीत त्यांनी मॅट्रिकनंतरचा चार वर्षांचा L.C.P.S. कोर्स करून सरकारी नोकरी धरली. पाच-सहा वर्षं नोकरी केल्यावर वडूज या सातारा जिल्ह्यातील तालुक्याच्या गावात प्रॅक्टिस सुरू केली. ती १९४८ साली गांधीवधानंतर घर व हॉस्पिटल जाळले गेल्यामुळे पुण्यात, ८-१० गावी दवाखाने काढून अत्यंत कष्ट करून आम्हा पाच मुलांचे शिक्षण केले. त्यांच्यात असणारी जिद्द, निर्भयपणा, लोकांशी बोलून त्यांना आपलेसे करून घेण्याची हातोटी, कुणालाही जीव तोडून मदत करण्याची वृत्ती यामुळे त्यांना भरपूर प्रॅक्टिस मिळाली; सर्वांकडून आदर, प्रेम व आपुलकी खूप मिळाली पण व्यवहार न सांभाळता आल्याने आर्थिक बाजू सदैव कमजोरच राहिली. त्यांचे अत्यंत देखणे व्यक्तिमत्त्व, उत्तम राहाणी, स्वतःचा आब राखून सर्वांशी हसतखेळत

वागणूक यांतील बऱ्याच गोष्टी मी घेतल्या. पण सर्वांत महत्त्वाची देणगी म्हणजे धाडस व आनंदी वृत्ती.

त्यांच्याशी पार्टनरशिप करून पुण्यात लक्ष्मीरोडला हॉस्पिटल काढणारे डॉ. सुलाखे हे माझे दुसरे गुरू. त्यांच्या सुरुवातीच्या रुबाबाने मी सर्जन व्हायचे ठरवले. इंग्लंडहून नुकतेच आलेले सुलाखे त्या वेळी कायम थ्री पीस सूट घालत. गोरेपान, सोनेरी काडीचा चष्मा, टाय, चकचकीत बूट.

सर्जन झाल्यावर मी त्यांना असिस्ट करत असे. त्यांच्याकडून मी सर्जरी कमीत कमी खर्चात कशी करावी, हे शिकलो. ते साधा दोरा ऑपरेशन्ससाठी वापरत. सलाईन अगदी क्वचित देत. पेशंटला लवकर अन्न सुरू करत, असिस्टंटना, अनेस्थेटिस्टना अगदी कमी पैसे देत.

स्वत: अगदी साधे राहत व आम्हाला नेहमी सांगत, की आपली श्रीमंती बाहेर दाखवू नका. सर्व गोष्टी कर्ज काढूनच घ्या. सुलाख्यांची काटकसर कमालीची होती. ती मी टाळण्याचा प्रयत्न केला.

ऑपरेशनच्या वेळी मात्र अत्यंत शांत डोके ठेवणे व अवयवांना हळुवार हाताळणे, हे गुण त्यांच्याकडून मी घेतले.

प्लॅस्टिक सर्जरी त्यांनी पुण्यात प्रथम सुरू केली. मी त्यांना बऱ्याच ऑपरेशन्समध्ये असिस्ट केल्याने मला त्याचीही आवड निर्माण झाली. पण त्यांना बऱ्याच वेळा विचारूनही त्यांनी कधीही त्यातील खुब्या शिकवल्या नाहीत. त्या मी पुस्तकात वाचून शिकलो.

बहुतेक ऑपरेशन्स ते स्वत: भूल देऊनच करायचे. त्यामुळे भूल देणाऱ्या डॉक्टरांची फी वाचायची. त्या वेळी भूल देणाऱ्या स्पेशालिस्ट डॉक्टरांना प्रत्येक ऑपरेशनसाठी फक्त दहा रुपये द्यावे लागत. असे भूल स्पेशालिस्टही अगदी बोटांवर मोजण्याइतके असत. त्यामुळे त्यांना सर्व सर्जन्सकडे जावे लागे. त्यांची वेळ घेतल्याशिवाय ऑपरेशन ठरवता येतच नसे.

डॉ. उत्तुरकर हे त्या वेळी सगळ्या अनेस्थिटिस्टमध्ये ज्येष्ठ व अनुभवी होते. त्यांची धीरगंभीर उपस्थितीही सर्जनला धीर देत असे. ते कधीही तोल ढळू देत नसत. पेशंट कितीही सीरिअस असला, तरी ते शांत असत. सुलाख्यांकडे ते नियमित येत. त्यामुळे माझी व त्यांची खूपच जवळीक होती. त्यांनी मला स्पष्ट सांगितले होते, की शक्यतो दुसऱ्या स्वत:च्या बरोबरीच्याच भूलतज्ज्ञाला मी बोलवावे; पण कोणीच भेटलं नाही तर इमर्जन्सी म्हणून ते येतील आणि खरोखरच ते तीन-चार वेळा माझ्या छोट्याशा हॉस्पिटलमध्ये आले. भूल दिली

व पैसे घेणे नाकारले. उत्तुरकरसर हे ससूनमध्येही भूलतज्ज्ञ होते व सध्याच्या सर्व भूलतज्ज्ञांचे आदरणीय गुरू होते. त्यांनी मला दिलेला एक मंत्र मी कधीही विसरू शकणार नाही तो म्हणजे, 'तुमच्या पेशंटची काळजी तुमच्याइतके दुसरे कोणीही घेणार नाही; त्यामुळे तुमचा पेशंट कितीही सीरिअस झाला, तरी दुसऱ्या हॉस्पिटलमध्ये हलवू नका. इतर सगळेजण तुम्हाला कमी लेखायला, नावे ठेवायला व तुमची फजिती तिखटमीठ लावून जगाला सांगायला अधीरच असतात. तुम्ही शांत डोके ठेवून तुमच्या पेशंटचा इलाज करत राहा. अगदी जरूर वाटली तर तुमच्या सीनिअर कलीगला मदतीला बोलवा.' या मौल्यवान सल्ल्याचा मला बऱ्याच वेळा निश्चितच फायदा झाला.

मुंबईला पोस्ट ग्रॅज्युएशनला गेलो, तेव्हा तेथे जे. जे. हॉस्पिटलमध्ये माझे गुरू डॉ. एन. के. पारीख होते. अत्यंत शिस्तीचे, धीरगंभीर व्यक्तिमत्त्व, कायम कॉटनच्या क्रीम कलर सुटात, टाय बांधलेला. सोनेरी काडीचा चष्मा. वेळेवर येणार, विद्यार्थ्यांना शिकवणार, ऑपरेशन करून सर्व ठीक पाहून मगच जाणार. मितभाषी; पण न बोलून त्यांचा दरारा जाणवत असे. त्यांच्याकडून मी शिस्त शिकलो. पहिले ऑपरेशन त्यांनी मला शिकवले. केस हार्नियाची होती. मला त्यांनी असिस्ट केले. त्यांच्या उपस्थितीचे इतके टेन्शन होते, की मी त्यांच्या गंभीर ऑर्डर्स पाळत ऑपरेशन पूर्ण केले. पण मी काय केले हे माझे मला कळले नाही. ऑपरेशन मी केले याचा आनंद होता; पण समाधान अजिबात नव्हते. त्यामुळे मी एक धडा शिकलो तो म्हणजे पूर्णपणे स्वातंत्र्य नसेल तर तुम्ही कुठलेही ऑपरेशन आत्मविश्वासाने करू शकणार नाही. त्यामुळे माझ्या विद्यार्थ्यांना मी कधीही असिस्ट केले नाही. त्यांनी मला असिस्ट केल्यावर माझे समाधान झाले, तर मी त्यांना स्वतंत्रपणे ऑपरेशन करायला देत असे. मी बाहेरच सर्जन्स रूममध्ये बसत असे. त्यांना कसलीही अडचण आली तर ती मी सोडवू शकेन, याची त्यांना खात्री असल्याने ते अत्यंत काळजीपूर्वक, जबाबदारीने व आत्मविश्वासाने ऑपरेशन करत. त्यामुळेच मी अभिमानाने सांगू शकतो, की माझे सर्व विद्यार्थी पूर्ण आत्मविश्वासाने ऑपरेशन्स करतात.

एकदा पोटातला ट्यूमर काढण्याच्या प्रयत्नात त्याला चिकटलेली Inferor Vena Cave ही मोठी रक्तवाहिनी फुटली. प्रचंड रक्तस्राव सुरू झाला. सर टॉवेलपॅक करत; पण तो पॅक काढल्यावर पुन्हा पूर्ण पोट रक्ताने भरे, पुन्हा पॅक करत. असे दोन-तीनदा झाल्यावर सर चक्कर येऊन खाली पडले. पेशंट वाचणे शक्यच नव्हते. पण यावरून दोन धडे मी शिकलो. अशा ॲक्सिडेंटमुळे

रक्तस्राव झाला तर पॅक दाबून ठेवून अर्धा तास थांबणे. बहुधा रक्तस्राव थांबतोच. दुसरे म्हणजे अशा वेळी आपण काही करू शकत नसलो, तरी डोके शांत ठेवायचे. तोल जाऊ द्यायचा नाही. प्रयत्न करणे आपले कर्तव्य आहे, पण यश देणे हे परमेश्वराच्याच हातात असते. सर्जनचीही इमेज कणखर व शांतच पाहिजे. चार जणांसमोर चक्कर येणे, बेशुद्ध पडणे यामुळे त्याच्या इमेजला तडा जातो. अन् हा तडा कायमचा असतो. पन्नास वर्षांनंतरही तो प्रसंग माझ्या डोळ्यांसमोर स्पष्ट दिसतो आहे.

त्याच वेळी नेमीष शहा हे हार्ट सर्जन आमच्या युनिटमध्ये होते. त्यांचा दरारा इतका होता, की ते वॉर्डात राउंडला आल्यावर नर्सेस, वॉर्डबॉइज व माझ्यासारखे निवासी डॉक्टर चळाचळा कापत. क्षुल्लक गोष्टीवरूनही ते अस्खलित इंग्रजीत नॉनस्टॉप दहा-पंधरा मिनिटे झापत असत. त्यांच्या अशा रागवण्याने कर्मचारी आणखीनच चुका करत. त्यांच्याकडून मी रागवण्याचा दुष्परिणाम शिकलो. गोड बोलून व शांतपणे समजावून सांगितले, तर आपली कामे समाधानकारक होतातच, शिवाय आपल्याविषयी सर्वांच्या मनात आदरयुक्त प्रेम निर्माण होते. नुसती सर्जरी चांगली असण्यापेक्षा तुमची वागणूकही चांगली असली, तर तुम्ही सर्वांचे भरपूर प्रेम मिळवू शकता.

टाटामध्ये माझे वरिष्ठ होते डॉ. मेहेर होमजी. त्या वेळी टाटामध्ये पोस्ट मिळणे अत्यंत अवघड समजले जाई. तीन तीन वर्षांची वेटिंग लिस्ट असे. मला जेव्हा ती निवासी डॉक्टरची पोस्ट मिळाली, तेव्हा खूप आनंद झाला होता. पण मागाहून कळले, की डॉ. मेहेर होमजी यांच्याकडील पोस्ट नेहमीच रिकामी असते व सहसा कोणी घेत नाही. याचे कारण होते स्वत: मेहेर होमजी हे अत्यंत घाबरट सर्जन होते. शक्यतो पेशंटला ॲडमिट करत नसत. एखादा चिवट पेशंट ॲडमिट झालाच तर त्याला हे इतकं घाबरवत, की तो पळून जात असे. त्यातूनही तो टिकला तर त्याची consent (ऑपरेशनला संमती) घेण्याचे काम आमचे असे. सरांची consent प्रेक्षणीय होती, त्यात पेशंट ऑपरेशनच्या आधी, ऑपरेशनच्या वेळी व ऑपरेशननंतर कधीही मरू शकतो, याची जाणीव त्याला समजेल अशा भाषेत लिहून घेऊन त्यावर त्याची व त्याच्या नातेवाइकांची सही घेतली जात असे. हा शेवटचा रामबाण असे. पण माझ्यासारखे चुकून आलेले पण सर्जरी शिकण्यास उत्सुक असलेले डॉक्टर पेशंटची समजूत काढून संमतिपत्राकडे दुर्लक्ष करण्यास सांगून त्याला ऑपरेशनला तयार करत असू. अशा वेळी सरांचा रुद्रावतार बघण्यासारखाच असे. शेवटी नाइलाजच झाल्यामुळे

ते दुसऱ्या डॉक्टरांना ऑपरेशन करण्याची विनंती करत.

तरीसुद्धा बरीच ऑपरेशन्स करायला व बघायला मिळत. कारण टाटामध्ये कायमच पेशंटची गर्दी असे व शेवटचा उपाय म्हणून सर्व मानसिक तयारीनेच पेशंट येत असत.

मेहेर होमजी यांचा दुसरा दुर्गुण म्हणजे सर्वांवर अविश्वास. रोज संध्याकाळी सरांना पेशंटची कंडिशन कळविण्यासाठी फोन करावा लागे. तसे फोन झाल्यावर सर १५ मिनिटांनी न चुकता फोन करून निवासी डॉक्टर हॉस्पिटलमध्येच असल्याची खात्री करून घेत असत.

वॉर्डात काही सीरिअस नसले तर आम्ही बाहेर फिरायला, सिनेमाला इ. जात असू. सरांची सवय व संशयी स्वभाव याची माहिती असल्यामुळे आम्ही थिएटरमधून टाटाच्या टेलिफोन ऑपरेटला फोन करून सरांना फोन लावत असू व नंतर सरांचा पुन्हा फोन आल्यास थिएटरमध्ये जोडून देण्यास सांगत असू.

गंभीर पेशंट असल्यावर कोणीही डॉक्टर हॉस्पिटलमधून बाहेर जाणे शक्य नाही. पण सर्व शांत असताना तरुण वयाचे निवासी डॉक्टर बाहेर फिरायला जाणे नैसर्गिक आहे. आपल्या हाताखाली काम करणाऱ्यांवर विश्वास ठेवला, तर ते जास्त काळजीपूर्वक व जबाबदारीने काम करतात. जितका अविश्वास दाखवला जाईल तितकी फसवणूक व्हायची शक्यता जास्त. मी माझ्या निवासी डॉक्टरांवर पूर्ण विश्वास ठेवत असे. त्यांच्या सुखदु:खांत समरस होत असे. त्यामुळे त्यांना मला फसवावे असे कधीही वाटले नाही. 'पेशंट सर्वप्रथम' हा माझा व माझ्या सहकाऱ्यांचा एकच मंत्र असे.

टाटानंतर गांधी मेमोरिअलमध्ये मी मुख्य निवासी डॉक्टर (Registrar) म्हणून काम केले. तिथे मी डॉ. आपटेकर यांच्या युनिटमध्ये व त्यांचे असिस्टंट डॉ. मोदी यांच्या हाताखाली काम केले. आपटेकर हे अत्यंत शांत व हसतमुख सर्जन होते. त्यांच्याकडून जर्नलमध्ये पेपर कसा लिहायचा, हे शिकलो. अगदी साधा विषयही अभ्यासपूर्ण कसा मांडायचा, ह्यात त्यांचा हातखंडा होता. मोदी नुकतेच FRCS होऊन, इंग्लंडहून आले होते. ते लवकरच सोडून गेल्याने आपटेकरांनी मोदींचे युनिट त्यांच्या देखरेखीखाली पण स्वतंत्रपणे चालवण्याची जबाबदारी माझ्यावर टाकली. त्यामुळे मला पूर्ण स्वातंत्र्य व संपूर्ण जबाबदारी यांचा अनुभव मिळाला. माझा आत्मविश्वास खूपच वाढला. नावीन्याची आवड मुळातच असलेल्या मला निरनिराळी ऑपरेशन्स करून बघायला मिळाली. जास्त जोखमीची ऑपरेशन मी आपटेकरांकडे पाठवत असे. आपटेकर व मोदी

दोघांनी मला स्वतंत्र युनिट चालवण्याची संधी दिली. त्याचा मला खूपच फायदा झाला.

ससूनमध्ये ऑनररी असिस्टंट सर्जन म्हणून आल्यावर प्रथम माझा संबंध आला तो डॉ. सिद्दीकी यांच्याशी. ते नुकतेच न्युरोसर्जरी शिकून इंग्लंडहून आले होते. त्या वेळची (१९६४) न्युरोसर्जरी फारच बाल्यावस्थेत होती. बहुतेक पेशंट मेंदूवरील ऑपरेशननंतर लगेचच मरत असत. सिद्दीकी खूप शिस्तप्रिय सर्जन होते. ऑपरेशनच्या आधी १/२ तास तरी ते पेशंटचे डोके साबण लावून ब्रशने स्वत: साफ करत असत. मेंदूच्या ऑपरेशननंतर जंतुसंसर्ग होऊ नये म्हणून ही काळजी. दुसऱ्या कोणावरही विश्वास न ठेवता स्वत: सर्व गोष्टी केल्या तर तुम्हाला यश मिळायची शक्यता जास्त असते, हे मी सिद्दीकींकडून शिकलो.

ससूनमध्ये माझे दुसरे एक वरिष्ठ होते. त्यांना बहुधा Inferiority Complex असावा. सदैव मी मुख्य सर्जन आहे व या युनिटमध्ये मी सांगेन तसेच सर्वांनी ऐकले पाहिजे, असा त्यांचा आग्रह असे. मी एखाद्या पेशंटला ऑपरेशनची जरुरी नाही असे सांगितले, तर हे त्या पेशंटला ताबडतोब ऑपरेशन करण्याची जरुरी आहे असे सांगत. मी जरुरी आहे म्हणून सांगितले, तर ते त्याला अजिबात ऑपरेशनची गरज नाही असे सांगून डिस्चार्ज देत. त्यामुळे मला व निवासी डॉक्टरांना खूप मनस्ताप होई. सर्व पेशंटना ह्यांची सर्वांनी मुख्य सर्जन म्हणून ओळख करून देण्याची सक्ती होती.

ऑपरेशनमध्येही ह्यांना आत्मविश्वास कमी असल्याने खूप चुका होत. त्यामुळे Complications वाढत. निवासी डॉक्टरांनाही त्यामुळे खूप त्रास सहन करावा लागे. यामुळे कित्येक पेशंटना निवासी डॉक्टर काहीतरी कारणे सांगून दुसऱ्या युनिटमध्ये ॲडमिट होण्याची शिफारस करत.

त्यांच्याकडून मी स्वत:ची टिमकी न वाजवण्याचा धडा शिकलो. पेशंटला योग्य सल्ला देणे हे माझे प्रथमकर्तव्य मी समजतो. त्यामुळे पेशंट व सहकाऱ्यांवर अन्याय होत नाही.

माझे दुसरे एक ज्येष्ठ सहाध्यायी स्वत:ला फार हुशार व कसबी तज्ज्ञ सर्जन समजत. त्यांनी युरॉलॉजीत काम केलेले असल्यामुळे ते त्यात पारंगत होते. त्यांना मी बऱ्याच वेळा विनंती करूनही त्यांनी कधीही अवघड शस्त्रक्रिया करून दाखवल्या नाहीत. सोप्यासोप्या, छोट्याछोट्या शस्त्रक्रियाच फक्त ते करत. शेवटी मी कित्येक अवघड शस्त्रक्रिया पुस्तकात वाचून व स्वत:ला योग्य वाटतील त्या सुधारणा करून केल्या. माझ्या स्वत:च्या पद्धतीप्रमाणे स्पेशल

हत्यारे न वापरताही त्या करता येतात, हे दाखवून दिले. आपल्याला येते ते इतरांना दाखवण्यात व शिकवण्यात एक वेगळाच आनंद असतो, हे मी त्यांच्या सहवासात शिकलो.

याच वेळी आमच्या हेड ऑफ डिपार्टमेंट होत्या डॉ. एम. जे. मेहता. या बाई मी विद्यार्थी असताना ऑनररी अस्टिटंट सर्जन होत्या. मी ऑनररी झाल्यावर ह्या फुलटाइम प्रोफेसर झाल्या. यांच्याइतका कष्टाळू व पेशंटबद्दल खूप कणव असणारा सर्जन मी पाहिला नाही. दिवस अन् रात्र त्या वॉर्डात पेशंटची जातीने काळजी घेत असत. तासन् तास ऑपरेशनमध्ये व्यग्र असत. पेशंटला जरूर असलेल्या सर्व गोष्टी स्वत:च्या पैशानं आणत. गरीब पेशंटना सर्व प्रकारची मदत करत. हे सगळे गुण त्यांच्याकडून शिकण्यासारखेच होते व मी तसा प्रयत्नही केला. पण त्यांचे काही गुण त्रासदायकही होते. एक म्हणजे सदैव ऑपरेशन व पेशंटची काळजी घेण्यात मग्न असल्यामुळे त्यांना आमचे सर्जरी डिपार्टमेंट सुधारण्यास वेळही नसे व इच्छाही नसे. त्यामुळे बाकी सर्व विषयांची डिपार्टमेंट्स सर्वच बाबतीत खूप सुधारली गेली; पण सर्जरी डिपार्टमेंट तसेच राहिले.

दुसरे म्हणजे त्यांनी कधी कुणाही सहकाऱ्याला पुढे जाऊ दिले नाही. त्यांच्या सहकाऱ्यांचे दिवसदिवस त्यांना असिस्ट करण्यात किंवा त्यांच्या बरोबर राउंड घेण्यात जात; पण त्यांच्यासारखी मोठमोठी ऑपरेशन्स ते करू शकत नसत. याचे मुख्य कारण म्हणजे बाई त्यांना स्वतंत्रपणे काही करण्याची संधीच देत नसत.

मला एकदा लिव्हरमधील रक्ताचा दाब कमी करण्यासाठी (Portal Hypertension) रक्तवाहिन्या जोडण्याची शस्त्रक्रिया करायची इच्छा होती. त्यासाठी लागणारे स्पेशल चिमटे डिपार्टमेंटमध्ये बाईंच्या ताब्यात होते. ते देण्याचे बाईंनी नाकारले. मी जहांगीर हॉस्पिटलमधून डॉ. ए. डी. बाम यांच्याकडून हे चिमटे आणून शस्त्रक्रिया केली. त्या वेळी ससूनमध्ये सहज आलेल्या डॉ. बामने माझे अभिनंदन केले; पण आमच्या बाई काहीही न बोलता निघून गेल्या. स्वत: शिकवणे दूरच पण आपल्यासारख्या शस्त्रक्रिया दुसऱ्या कोणीही करू नयेत यासाठी अडथळे आणू नयेत. त्याला प्रोत्साहन देता आले नाही, तरी निदान नाउमेद करू नये एवढेतरी मला समजले. डिपार्टमेंटचा कॅमेराही दुसऱ्या कोणाला वापरायला मिळत नसे. रात्रीच्या वेळी कित्येक वेळा चमत्कारिक गोष्टी पाहावयास मिळत. त्यांचे फोटो काढता येत नसत.

शिकवणे, undergraduate, post graduate व सबंध डिपार्टमेंटमधील सहाध्यायांना प्रोत्साहित करणे हे हेड ऑफ डिपार्टमेंटचे काम; पण ते सोडून बाईंनी फक्त सर्जरीच केली. ती उत्तम केली, यशस्वी केली, यात वादच नाही. सर्व गुणा-दुर्गुणांसकट त्या मला सदैव आदरणीयच होत्या व आहेत. माझ्या रोटरी क्लबतर्फे मी त्यांचा जाहीर सत्कारही केला.

माझे दुसरे एक ज्येष्ठ सहकारी होते अत्यंत हुशार. सर्व गोष्टी पाठ. सर्जरी तर अ पासून ज्ञ पर्यंत मुखोद्‌गत. ते शिकवण्यात तरबेज. विषय समजावून सांगण्याची हातोटी वाखाणण्यासारखी. सर्वांशी मिळूनमिसळून वागणारे व आनंदी. त्यांचे दोन गुण किंवा दुर्गुण– एक म्हणजे परीक्षक म्हणून ते अत्यंत काटेकोर. प्रत्येक प्रश्नाला १/४ मार्क या प्रमाणे मार्क देत व विद्यार्थ्यांनी दिलेली उत्तरेही लिहून ठेवत. त्यामुळे कोणी कमी मार्क का दिले असे विचारले, तर त्यांच्याकडे लेखी पुरावा असे. मला वाटते, त्यांना स्वत:ला एम. एस. पास व्हायला जो त्रास झाला होता, त्यामुळे ते एवढे कठीण परीक्षक झाले असावेत. परीक्षेत विद्यार्थ्याला काय येते हे बघण्यापेक्षा काय येत नाही, हे बघणे हा अशा परीक्षकांचा हेतू असतो. त्यामुळे कित्येक विद्यार्थी नापास होतात.

यांचा दुसरा गुण म्हणजे अत्यंत साधी राहणी. बिनइस्त्रीचे कपडे. कोल्हापुरी चपला. खांद्यावर शबनम बॅग. यांचा चेहराही जाड भिंगाच्या चष्म्यामुळे कावराबावरा. त्यांच्याकडे बघून कोणालाही हे मोठे सर्जन, प्राध्यापक आहेत असे वाटणार नाही. एकदा तर हे परीक्षक म्हणून गेले असताना वॉर्डात त्यांना रखवालदाराने जाऊ दिले नाही.

दुसरे एक ज्येष्ठ सहकारी होते त्यांना सर्जरी करायची खूप भीती वाटे. त्यामुळे त्यांचा सर्व वेळ ऑपरेशनशिवाय रोग कसा बरा करता येतो हे शिकवण्यात व अँटीबायोटिक्सचा उपयोग-दुरुपयोग शिकवण्यात जाई. त्यांना मी स्पष्टपणे सांगितले, की माझा माझ्या सर्जरीवर विश्वास आहे, त्यामुळे कोणतेही अँटीबायोटिक माझ्या पेशंटना दिले किंवा नाही दिले तरी फारसा फरक पडणार नाही.

सर्वात जास्त फायदा मला डॉ. भावे यांच्या युनिटमध्ये प्रथम असिस्टंट व ते रिटायर झाल्यावर युनिटहेड म्हणून काम केल्यामुळे झाला. भाव्यांना सर्जरीपेक्षा जास्त इंटरेस्ट विमान चालवण्यात, शेती करण्यात, बोट चालवण्यात व संस्कृतच्या अभ्यासात. त्यामुळे त्यांना ससूनमध्ये यायला वेळ मिळत नसे. त्यांनी माझ्यावर पूर्ण विश्वास टाकून मला पूर्ण स्वातंत्र्य दिले म्हणूनच मी खूप नवनवीन ऑपरेशन्स करू शकलो. भावे चांगले मेथॉडिकल सर्जन होते. नवनवीन

गोष्टी करण्यासाठी लागणारी सर्व हत्यारे ते विकत घेत. शस्त्रक्रियेपूर्वी पेशंटच्या सर्व तपासण्या करण्याचा त्यांचा अट्टाहास असे. कोणताही प्रॉब्लेम असला (निवासी डॉक्टर, नर्सेस, वॉर्डबॉइज, पेशंटचे नातेवाईक किंवा मेडिकोलीगल) की भाव्यांना कळवत असू. एरवी कधीतरी येणारे भावे अशा वेळी ताबडतोब येऊन तो प्रॉब्लेम शांतपणे सोडवत असत. भाव्यांना फोटोग्राफीत खूप रस होता. आम्ही पेशंटचे काढलेले फोटो ते त्यांच्या लॅबमध्ये डेव्हलप करून प्रिंट द्यायचे. पण त्याला किती दिवस लागतील, हे सांगता येणे कठीण असायचे.

एखादा सर्जन सर्जरीशिवाय किती गोष्टी करू शकतो व तेही अत्युत्तम, हे भाव्यांकडून शिकण्यासारखे होते.

ज्येष्ठ सहकाऱ्यांकडून कितीही शिकलो किंवा न शिकलो यापेक्षा कितीतरी मी पुस्तके व जर्नल वाचून शिकलो. पूर्ण गायनेक सर्जरी, प्लॅस्टिक सर्जरी, इ.एन.टी., ब्रेन सर्जरी, चेस्ट सर्जरी मी पुस्तकात वाचूनच शिकलो.

पुस्तके हीच माझी खरी गुरू म्हणता येईल. पुस्तकात वाचून सर्जरी करणे खूपच सोपे असते; पण त्यासाठीही तुम्हाला शरीरशास्त्र (Anatomy) पूर्ण ठाऊक असणे जरूर असते व धाडसही हवे असते. तुमच्याकडून ऑपरेशन करून घेणारे, तुमच्यावर विश्वास असणारे पेशंटही मिळणे जरुरीचे आहे. ससूनमध्ये असे असंख्य पेशंट मिळाले, तसेच प्रायव्हेटमध्येही पेशंट मिळाले, हे माझे भाग्य. काही सर्जन्स त्यांची कडक शिस्त आणि दरारा यांच्या अतिरेकामुळेच आजही लक्षात राहिलेले आहेत. यांच्या राउंडच्या वेळी वॉर्डात पिनड्रॉप सायलेन्स असायचा. आपल्या हातून एखादी चूक होऊन त्यांच्या रागाला आपण कारणीभूत तर होणार नाही ना, अशी भीती ते यायच्या वेळी प्रत्येकाच्या मनात असायची. अगदी क्षुल्लक कारणावरून ते कुणालाही मोठ्याने रागावत असत. ऑपरेशन थिएटरमध्ये हाताखालच्या लोकांनी काही चूक केली आणि यांचा पारा चढला तर विचारायला नको. हातात असेल ते हत्यार फेकून मारायला ते कमी करायचे नाहीत. त्यांच्या अशा रागीट स्वभावामुळे रेसिडेंट्स, नर्सेस, वॉर्डबॉय सगळ्यांच्याच मनात एवढी भीती बसली होती, की त्यांच्या हातून उलट जास्त चुका व्हायच्या आणि वातावरणात सतत ताण जाणवायचा.

मी बॉस झाल्यावर वॉर्डमधलं आणि थिएटरमधलं वातावरण कायम खेळीमेळीचं ठेवण्याचा माझा प्रयत्न असायचा. रेसिडेंटशी सलोख्याचे संबंध आणि जिव्हाळ्याचे बोलणं यामुळे त्यांच्याही मनात माझ्याबद्दल प्रेमादराची भावना राहायची. आमचं युनिट आम्हाला घरासारखं वाटायचं. भरपूर पेशंट,

भरपूर सर्जरी यामुळे आमचं हे घर सतत गजबजलेलं आणि उत्साही असायचं.

अनेक सर्जन्सच्या हाताखाली किंवा बरोबर काम करायला मिळाल्यामुळे माझ्या ज्ञानात भर तर पडलीच, पण त्यापेक्षाही मी स्वत:ला नशीबवान अशासाठी समजतो, की बऱ्याचजणांनी आपल्या वागणुकीतून मला एका सर्जनने कसे असू नये, हेही शिकवलं.

एकदा मला एका जगविख्यात स्त्रीरोगतज्ज्ञांना ऑपरेशनसाठी असिस्ट करण्याची संधी मिळाली. पण ऑपरेशन करताना ते अतिशय ओढाताण करत होते. चाचपडून चिमटे लावत होते. तेही घामाघूम झाले होते आणि मीही! ते जरी जगविख्यात असले तरी ते ज्या पद्धतीने ऑपरेशन करत होते, त्या पद्धतीने मी कधीच ते करू शकणार नाही, असं मला वाटलं.

माझ्या मते ऑपरेशन करण्यात खरा तज्ज्ञ तोच, जो अवघड ऑपरेशनच्या वेळीही अगदी सहजपणे वावरू शकतो. ज्याचं ऑपरेशन बघताना पाहणाऱ्याला वाटलं पाहिजे, 'किती सोपं आहे हे, मीसुद्धा करू शकेन की!' ज्याला ऑपरेशन करताना समोरच्या विद्यार्थ्यांना सगळ्या स्टेप्स व्यवस्थितपणे दाखवता आणि समजावताही येतात, त्यालाच खऱ्या अर्थाने कुशल सर्जन म्हणता येईल.

सर्जन नुसता हुशार असून चालत नाही; तो हुशार दिसलाही पाहिजे. त्याशिवाय पेशंटला आणि त्याच्या नातेवाइकांना त्याच्याबद्दल विश्वास कसा वाटणार? आमचे एक प्रोफेसर अतिशय हुशार बऱ्याचदा ते परीक्षक असायचे. पण राहणी अगदी गबाळी. कपडे, चपला, केशरचना कुठेच डॉक्टरी रुबाबाचं नाव नाही. खांद्याला शबनम बॅग अडकवून ते अशा काही अवतारात हॉस्पिटलमध्ये यायचे, की एकदा एका नवख्या वॉडबॉयने त्यांना वॉर्डमध्ये आत सोडायलाच नकार दिला. एक सर्जन सदैव स्वत:ची टिमकी वाजवण्यात मग्न... 'मी मोठा सर्जन... मी मोठमोठी ऑपरेशन्स करतो...' कधीही कुठेही गेले तरी लगेच त्यांना फोन यायचा. 'खाजगी हॉस्पिटलमध्ये इमर्जन्सी पेशंट ॲडमिट झालाय', असं सांगून ते लगबगीने निघून जायचे. खरंखोटं देव जाणे! याउलट, एक असेही सर्जन माझ्या पाहण्यात आहेत, ज्यांना पेशंटच्या प्रकृतीपेक्षा आपले छंद जास्त महत्त्वाचे वाटायचे. आपल्या छंदातून पेशंटसाठी वेळ काढून, त्याच्यावर इलाज करणं त्यांना फार कमी वेळा जमायचं.

काही सर्जन्सना स्वत:चं महत्त्व वाढवण्यासाठी वेगवेगळ्या क्लृप्त्या वापरायची सवय असते. स्वत:भोवती एक वेगळं वलय निर्माण करायचं... 'आपण इतरांपेक्षा फार वेगळे व फारच बुद्धिमान असल्याचा आभास निर्माण

करायचा... माझं वागणं, माझं ज्ञान, माझी योग्यता आजूबाजूच्या पामरांपेक्षा फार फार वेगळी आहे; त्यांना ती काय समजणार?' असा आव आणायचा. असे काही महाभाग आपलं ऑपरेशनकौशल्य इतरांना शिकवणं तर सोडाच, पण दाखवण्यातसुद्धा हात आखडता घेतात. आमचे एक सहाध्यायी युरॉलॉजी युनिटमध्ये काम केले असल्यामुळे स्वत:ला श्रेष्ठ युरॉलॉजिस्ट समजायचे. त्यावेळी प्रोस्टेटची शस्त्रक्रिया एका विशिष्ट पद्धतीने करण्यात त्यांचा हातखंडा होता. पण ते कधीही आपली ती पद्धत कुणालाच दाखवायचे नाहीत. मी जिद्दीने कुठलीही विशिष्ट हत्यारं न वापरता त्यांची पद्धत अवलंबून वीस ऑपरेशन्स यशस्वीपणे करून त्याबद्दल एक पेपरही वाचला.

कोणत्याही क्षेत्रातलं ज्ञान ही संपत्ती आहे हे खरंच; पण ही संपत्ती सार्वत्रिक असते. त्याला देश, धर्म, व्यक्ती अशा कशाचीच कुंपणं नसतात. ते धन असं लपवून चोरून तिजोरीत ठेवल्याने टिकतही नाही किंवा वाढतही नाही.

ऑपरेशन ही गोष्ट अशी आहे, की ती एकदातरी प्रत्यक्ष केल्याशिवाय समजतही नाही आणि केवळ आत्मविश्वासाच्या बळावर निभावताही येत नाही. हं! पण आत्मविश्वास जरूर असायला हवा. अलीकडे आलेल्या थ्री इडियट्स या सिनेमात तीन तरुण इंजिनियर्स एका डॉक्टरच्या केवळ फोनवरच्या सांगण्यावरून एक अडलेलं बाळंतपण करून दाखवतात, असा सीन आहे. तो मला अगदीच फिल्मी वाटत नाही. कारण तुम्हाला प्राथमिक गोष्टी माहिती असतील, बऱ्यापैकी धाडस असेल तर तुम्ही कित्येक ऑपरेशन्स पुस्तकात वाचूनही करू शकता, यावर माझा विश्वास आहे. माझ्या बाबतीत तर पुस्तक हाच माझा सर्वांत मोठा गुरू आहे. कित्येक नवनव्या प्रकारची ऑपरेशन्स मी पुस्तकात किंवा जर्नल्समध्ये वाचून यशस्वीरीत्या करून दाखवलेली आहेत.

आमच्या शेजारी अण्णासाहेब (ग. श्री.) खैर रहायचे. अण्णासाहेबांचा गीतेचा दांडगा अभ्यास होता. ते नेहमी बोलताना गीतेतली वचनं उद्धृत करायचे आणि ती कशी समर्पक आहेत, हे पटवूनही द्यायचे. मी एकदा त्यांना म्हटलं, "अण्णासाहेब, मला काही केल्या गीतेतलं 'कर्मण्येवाधिकारस्ते मा फलेषु कदाचन' हे वचन नीट उलगडत नाही. आम्ही डॉक्टरांनी सगळी काळजी घेऊन नीट ऑपरेशन केले तर यश हमखास मिळालंच पाहिजे. तिथे असा उदासीन विचार करून कसा चालेल? आणि मनापासून प्रयत्न केल्यावर, नीट काळजी घेतल्यानंतर यश मिळणारच नाही असं तरी कसं होईल?" अण्णांनी माझ्या पाठीवर हात ठेवत शांतपणे म्हटलं, "तुझं म्हणणं बरोबर आहे. 'नीट काळजी घेऊन' ही फक्त तुझी

समजूत झाली. तू घेतलेल्या काळजीपलीकडचेही काही घटक तू केलेल्या ऑपरेशनमध्ये गुंतलेले असतातच, ज्यांवर तुझं नियंत्रण नसतं. ऑपरेशनमधेच नाही तर, आपल्या प्रत्येक कर्मातच आपल्या नियंत्रणाबाहेरचा थोडाफार अंश असतो. त्यासाठीच हे मा फलेषु...''

''पण ऑपरेशनमधल्या सगळ्या क्रिया एका ठरावीक शिस्तीने आणि अतिशय काळजीपूर्वक करतो आम्ही डॉक्टरलोक...''

''मान्य! पण तरीही तुला माहीत नसलेल्या काही गोष्टी असतात. एखाद्यावेळी पेशंटला काही आजार असेल जो तुला ठाऊक नाही. किंवा आजपर्यंत तो निदर्शनास न आल्याने पेशंटलाही त्याची कल्पना नसेल. नर्सने हत्यारे स्टरलाइज करताना पुरेशी काळजी घेतलेली नसेल. तू वापरलेल्या औषधात भेसळ असू शकते, ज्याची तुला कल्पना येत नाही. तुझा मदतनीस अर्धवट झोपेत किंवा नशेतही असू शकतो. तुझं लक्ष ऑपरेशनवर केंद्रित झाल्यामुळे कदाचित तुला ते जाणवत नसेल...''

मला अण्णासाहेबांचं म्हणणं मनापासून पटलं.

आपण ज्याला परमेश्वराची साथ म्हणतो ती म्हणजे या सर्व आपल्या नियंत्रणाबाहेरच्या घटकांची अनुकूलताच! एक ऑपरेशन यशस्वी होण्यामागे सर्जनबरोबरच अनेक गोष्टींची आणि व्यक्तींची साथ असणं फार जरुरीचं असतं. म्हणून आपलं कर्म हाच आपला परमेश्वर मानला, तरीही सर्जनच्या मनाने अपयशाची तयारी ठेवलीच पाहिजे. याचा अर्थ ऑपरेशन थिएटरमध्ये जाताना असे निराशवादी किंवा नकारात्मक विचार करतच पाऊल टाकायचं, असं नाही. पण पारेखसरांच्या बाबतीत घडलं तशा अपयशाच्या काही शक्यता गृहीत धरून आपल्याच ज्ञानापुढे थोडं नम्र व्हावं. 'मी पेशंट बरा केला', असं म्हणण्यापेक्षा मी माझ्या ज्ञानानुसार आणि कुवतीनुसार जास्तीतजास्त प्रयत्न केले आणि पेशंट त्याच्या नशिबाने किंवा परमेश्वराच्या कृपेने बरा झाला, असं म्हणावं आणि मनोमन ते मानावंही!

* * *

# कॉट नंबर ५ – विद्यार्थी

सध्याच्या युगात तरुण पिढीला कुणाबद्दलही आदर नाही, त्यांच्यात Sincerity नाही व शिकण्याची तयारीही नाही, असे बोलले जाते. पण माझ्या चाळीस वर्षांच्या शिक्षक म्हणून झालेल्या कारकिर्दीत मला मिळालेले सगळे विद्यार्थी याच्या उलट– म्हणजे नम्र, खूप sincere, खूप कष्ट करायची तयारी असलेले व शिकण्याची अत्यंत तळमळ असलेले होते. त्यांना शिकवण्यात व घडवण्यात मला खूप आनंद व समाधान मिळाले. प्रत्येक विद्यार्थी जेव्हा नवीन निवासी डॉक्टर म्हणून माझ्या युनिटला येई, तेव्हा अगदी अननुभवी असे. पण हळूहळू तीन वर्षांच्या अवधीत पूर्ण आत्मविश्वास मिळवलेला, जबाबदारीने बरीचशी ऑपरेशन्स चांगल्या प्रकारे करणारा व पेशंटची मनापासून काळजी घेणारा सर्जन घडत असे. मी त्यांच्यावर प्रेम केले, त्यांच्या सुखदु:खांत समरस झालो. त्यांच्यात आत्मविश्वास निर्माण करणे आवश्यक असे. माझ्या युनिटमध्ये भरपूर पेशंट येत असल्याने विद्यार्थ्यांना भरपूर ऑपरेशन्स करायला मिळत.

प्रथम सीनिअरला असिस्ट करणे, नंतर सीनिअरने असिस्ट करणे व शेवटी ज्युनिअरला असिस्ट करायला घेऊन स्वतंत्रपणे ऑपरेशन करणे या पायऱ्यांवरून गेले, तर सर्जरी शिकणे सोपे जाते. मी शिकत असताना तिसरी पायरी फारच क्वचित येई. त्यामुळे विद्यार्थ्यांत एम. एस. झाल्यावरही स्वतंत्र ऑपरेशन करायचा आत्मविश्वास नसे. मला गांधी मेमोरिअल हॉस्पिटलमध्ये रजिस्ट्रार असताना स्वतंत्रपणे ऑपरेशन्स करायला मिळाल्याने चांगलाच आत्मविश्वास आला होता. माझे काही मित्र इंग्लंडला FRCS करून आले होते. त्यांच्यात तर खूपच कमी आत्मविश्वास दिसे.

मी माझ्या विद्यार्थ्यांचा आत्मविश्वास वाढवण्याचे काम मनापासून केले. मी कधीच कोणालाही हाताला धरून सर्जरी शिकवली नाही. माझी सर्जरी बघून व स्वतंत्रपणे सर्जरी करूनच माझे विद्यार्थी तयार झाले. बहुतेकजण आता नावाजलेले सर्जन झाले आहेत; पण ते मला अजूनही मानतात. माझ्याविषयी प्रेम व आदर बाळगतात. याचे एकच कारण म्हणजे मी त्यांना स्वातंत्र्य दिले व त्याबरोबरच मी त्यांच्या मनात असा विश्वास निर्माण करू शकलो, की त्यांनी काहीही चूक केली तरी मी ती निस्तरू शकेन.

सर्व ललित कलांप्रमाणे सर्जरी ही एक कला आहे आणि त्या कलांप्रमाणेच ही पण जन्मजातच असते, अशी माझी खात्री पटलेली आहे. ज्याच्यामध्ये ही जन्मजात नसते तो शिकून, पाहून, वाचून सर्जन होऊ शकतो; पण त्याच्यात व जन्मजात ही कला असणाऱ्यात खूपच फरक आढळतो. मारूनमुटकून केलेला सर्जन हा नॉनऑपरेटिंग सर्जन किंवा शिकवण्यात तरबेज सर्जन होऊ शकतो. सुदैवाने माझे सर्व विद्यार्थी पहिल्या प्रकारचे असल्याने शस्त्रक्रियेत पारंगत होऊ शकले.

बऱ्याच वर्षांचा शिकवण्याचा अनुभव असल्यामुळे सर्जरीच्या शिक्षणाबाबत माझे विचार येथे अनाठायी ठरणार नाहीत. मला वाटते की विद्यार्थी व शिक्षक यांची केमिस्ट्री जुळणे फार महत्त्वाचे असते. मला अशी काही उदाहरणे माहीत आहेत, की त्या विद्यार्थ्याला शिक्षक आजिबात आवडत नसे व तसेच काही शिक्षकांना त्यांचे विद्यार्थी डोळ्यासमोर नको वाटत.

अशा परिस्थितीत विद्यार्थी कसे शिकणार आणि शिक्षकही कसे शिकवणार? त्यामुळे काही विद्यार्थ्यांनी सर्जरी शिकणेच सोडून दिले. त्यांना शिक्षक बदलायची किंवा शिक्षकाला विद्यार्थी बदलून घ्यायची संधी असणे आवश्यक आहे. विद्यार्थ्यांत मिसळल्याशिवाय, त्यांच्याविषयी आपुलकी निर्माण झाल्याशिवाय कोणतेही शिक्षण समाधानकारक होणे अवघड आहे.

तसेच तीन वर्षांचा कालावधी फार थोडा आहे. परीक्षा पास होणे म्हणजे स्वतंत्रपणे सर्व प्रकारची ऑपरेशन करण्याचा आत्मविश्वास येणे असे नाही. त्याला खूप अनुभव, तोही निष्णात गुरूच्या देखरेखीखाली मिळणे जरुरीचे आहे. खरे शिक्षण परीक्षा पास झाल्यानंतरच सुरू होते.

शिक्षण परीक्षा पास होण्यासाठीचे व ऑपरेशन आत्मविश्वासाने करण्यासाठीचे असे दोन प्रकारचे असते. मी विद्यार्थ्यांना पेपर कसे लिहायचे व ओरलची तयारी कशी करायची, हे शिकवत असे व करून घेत असे. शस्त्रक्रिया कशा करायच्या

हे त्यांच्याकडून स्टेप बाय स्टेप करवून घेत असे.

या दोन्हीपेक्षा माझ्या विद्यार्थ्यांनी इतर विद्यार्थ्यांत व सर्जन्समध्ये चमकावे यासाठी पेपर लिहिणे, ते प्रख्यात जर्नलसमध्ये छापून आणण्यासाठी प्रयत्न करणे, कॉन्फरन्समध्ये पेपर वाचणे, विचारलेल्या प्रश्नांना निर्भयपणे उत्तर देणे, स्लाइड्स तयार करणे, ॲनिमल एक्सपरिमेंट करणे, अनॉटॉमी, पॅथॉलॉजी प्रोफेसरांशी चर्चा करणे, जर्नल्स वाचून त्यावर चर्चा करणे इत्यादी गोष्टी आवर्जून करवून घेत असे. माझे विद्यार्थी कॉन्फरसमध्ये चमकले तर मला खूपच आनंद होत असे.

माझ्या विद्यार्थ्यांना घरगुती बाबतीतही मी मार्गदर्शन करत असे. त्यांनी स्वच्छ राहावे, रोज दाढी करावी, नखे कापावीत, स्वच्छ इस्त्रीचे कपडे घालावेत, असे सांगत असे.

बुटांना पॉलिश करावे. केसांची चांगली निगा राखावी. घराबाहेर लोक त्यांच्याकडे डॉक्टर म्हणून आदराने बघतात. त्यामुळे त्यांनी सदैव सर्वत्र व्यवस्थित राहणे व वागणे जरुरीचे आहे, हे मी त्यांना पटवून देत असे.

पास झाल्यावर प्रॅक्टिस कोठे करावी, कशी वाढवावी, याचेही धडे मी देत असे. कट प्रॅक्टिसचे सुरुवातीच्या काळात आकर्षण वाटले, तरी त्यातले धोके व त्यामुळे जाणारी मन:शांती हे त्यांच्यावर बिंबवत असे, जर पेशंटमध्ये पूर्ण लक्ष घालून नि:स्वार्थीपणे इलाज केला तर तो बरा होतोच व एक बरा झालेला पेशंट दहा नवे पेशंट घेऊन येतो, हे सत्य आहे व हीच खरी प्रॅक्टिस. निरनिराळ्या ग्रुप्समध्ये मिसळल्याने जास्तीत जास्त मित्र हे प्रॅक्टिस वाढवण्यास खूप उपयोगी पडतात. जितका लोकसंग्रह जास्त तेवढी तुमच्याकडे येणाऱ्यांची संख्या जास्त. जनरल प्रॅक्टिशनर्सच्या ग्रुपमध्ये आपण करत असलेल्या ऑपरेशन्सची माहिती स्लाइड्ससह भाषणातून देणे हा एक प्रॅक्टिस वाढवायचा चांगला मार्ग आहे. आपली राहणी, आपली नम्र वागणूक व आपली जाहिरात न करणे यांमुळे आपली ओळख चांगली वाढते. एथिक्स पाळणे– म्हणजे डॉक्टरांना, त्यांच्या नातेवाइकांना मदत करणे व त्यांच्याकडून पैसे न घेणे– हे फार जरुरीचे असते. प्रथम कोणताही डॉक्टर आपल्याकडे पेशंट पाठवत नाही. पण हळूहळू गरीब पेशंट व डॉक्टरांचे नातेवाईक पाठवले जातात. त्यांना तुम्ही जास्तीत जास्त काळजीपूर्वक व कमी खर्चात बरे केलेत, की आपोआप दुसरे पेशंट पाठवले जातात. तेच नातेवाइकांच्या बाबतीतही घडते. अगदी जवळचे नातेवाइकही दुसऱ्या सर्जनकडे जातात व तुम्हाला ऑपरेशनच्या वेळी हजर राहण्यास सांगतात.

अशा वेळी थंड डोक्याने, हसतमुखाने जाणे खूप जरुरीचे असते. नातेवाइकांकडून कधीही फी घ्यायची नसते. तेच तुमचे खरे PRO असतात. त्यांच्याशी अगदी जिव्हाळ्याचे संबंध ठेवणे तुमची प्रॅक्टिस वाढवण्यास उपयोगी पडते.

नियमितपणा व आपणच पाटीवर लिहिलेल्या वेळी आपल्या जागी असणे हे फार जरुरीचे असते. मला आमच्या एका नातेवाइकाने सांगितलेले उदाहरण नेहमी आठवते. कोपऱ्यावरचा चांभार वर्षानुवर्षे ठरावीक जागी दिवसभर बसलेला असतो, ही खात्री असल्यामुळेच चप्पल तुटली की आपोआपच आपली पावले त्या कोपऱ्याकडे वळतात. डॉक्टर किंवा सर्जन कधीतरीच लागतो. त्या वेळेला तुम्ही हमखास ठरावीक ठिकाणी भेटणे जरुरीचे असते.

तसेच व्हिजिटला जर कोणी तुम्हाला घरी बोलवायला आले, तर ताबडतोब त्याच्याबरोबर जाणे जरुरीचे असते. कोणाला तरी आपली ताबडतोब भेट हवी असते. अशा वेळी व्हिजिटला न गेल्यास तो पेशंट व त्याची फॅमिली कायमची दुरावते. प्रॅक्टिसच्या दृष्टीने हा फार मोठा तोटा असतो. माझ्या विद्यार्थ्यांना स्वतंत्रपणे ऑपरेशन करू दिल्यामुळे मी फार क्वचित गोत्यात आलो असेन; पण परमेश्वरी कृपेने व माझ्या आत्मविश्वासाने मी त्यांनी केलेल्या चुका निस्तरल्या व पेशंटना फारसा त्रास होऊ दिला नाही.

विद्यार्थ्यांमध्ये मी खूप मिसळत होतो. तरी मी शिस्तप्रिय असल्याने एखाद्याने बेशिस्त वर्तन केले, तर मी त्याला चांगली कडक शिक्षाही केलेली आहे. सर्जरी शिकणाऱ्याला सर्जरी न करण्याची शिक्षा सर्वांत जास्त वाटते. एका विद्यार्थ्याला एक महिना ऑपरेशन न करण्याची शिक्षा मी दिली होती. त्यामुळे माझ्याविषयी प्रेम, आदर याबरोबर दरारा व भीतीही वाटत असे. त्यामुळे माझे सगळे विद्यार्थी कामचुकारपणे व बेशिस्त वागण्यास धजावत नसत.

* * *

 कॉट नंबर ६ -
'पेशंट'

ससूनमध्ये येणारे पेशंट म्हणजे आर्थिकदृष्ट्या दुर्बल. ज्यांना खाजगीमध्ये ऑपरेशन करून घेणे परवडणारे नाही, असेच पेशंट ससूनला येतात. अशा गरीब व त्यामुळे लाचार पेशंटशी सगळा स्टाफ तुच्छतेने वागतो. सरकारने दिलेली ही बिनखर्चाची सुविधा आहे. तिच्यावर या दरिद्री पेशंट्सचा पुरेपूर हक्क आहे. त्यांना सहानुभूतीने, प्रेमाने वागवले पाहिजे. पण सरकारचाच (म्हणजे नागरिकांच्या करातून) पगार घेऊन इथले कर्मचारी, नर्सेस व निवासी डॉक्टर या रुग्णांना चांगली वागणूक देत नाहीत, हे सत्य आहे. मी माझ्या हाताखाली काम करणाऱ्या निवासी डॉक्टरांना, नर्सेसना व वॉर्डबॉयना सक्त ताकीद देत असे. सगळ्या पेशंट्सशी सौजन्याने वागावे. सर्वांना आदरार्थी बहुवचनाने संबोधावे. एक अगदी सोपा मंत्र मी त्यांना देत असे, तो म्हणजे कोणताही पेशंट आपल्या रक्ताचा सख्खा नातेवाईक आहे असे समजून त्याच्याशी वागा, त्याच्यावर इलाज करा; म्हणजे तुमच्या हातून कधीही चूक होणार नाही.

आपल्या आई, वडील, आजोबा, आजी, भाऊ, बहीण यांना आपण कधीही वाईट वागवूच शकत नाही. त्यांना जास्तीत जास्त चांगली सुविधा देतो व ऑपरेशन करायचाही सल्ला अगदी जरूर असेल तरच देतो.

माझ्या सर्जन म्हणून झालेल्या कारकिर्दीत अनेक पेशंट कृतज्ञतेची भावना बाळगणारे भेटले. पण सोहोनी हे एकमेव पेशंट जे दर ऑपरेशनच्या वाढदिवशी मला आवर्जून भेटतात व मिठाईचा पुडा देतात. त्यांच्या पोटातला अल्सर फुटला होता. त्याचे ऑपरेशन मी ३४ वर्षांपूर्वी केले होते. गेली तीस वर्षे नियमितपणे त्या दिवसाची आठवण ठेवून ते मला भेटतात.

एक सोळा वर्षाचा मुलगा दिवाळीत फटाक्याने मानेवर जखम झाल्याने तिथे रक्तवाहिनीचा फुगा (Aneurism) घेऊन ॲडमिट झाला होता. त्याचे ऑपरेशन करणे जरुरीचे होते; पण ऑपरेशनच्या दिवसाच्या आदल्या दिवशी वॉर्डात तो फुगा फुटला. वॉर्डात काम करणाऱ्या हाउससर्जनने ती जागा दाबून धरली व आम्हाला कॅन्टीनमध्ये निरोप पाठवला. सगळेजण धावत त्याला ऑपरेशन थिएटरमध्ये घेऊन गेलो. भूल देईपर्यंत हाउस सर्जनने जखम दाबून धरली होती, म्हणूनच तो मुलगा वाचला.

असाच एक ८-९ वर्षांचा मुलगा झाडावरून पडला व त्याच्या डोक्याला लागले म्हणून ॲडमिट झाला होता. त्याची वाचा गेली होती. याचा अर्थ त्याच्या मेंदूवर रक्ताच्या गाठीचा दाब येऊन मेंदूतील बोलणे नियंत्रित करणारा भाग दाबला गेला होता. त्या वेळी CT Scan नव्हता. सगळी निदाने शारीरिक तपासणीवर व अनुभवावर करावी लागत. त्याची कवटी उघडून रक्ताची गाठ (Clot) काढल्यावर त्याची वाचा परत आली. त्याच्या आई-वडिलांची आनंदी व कृतज्ञ मूर्ती अजून मी विसरू शकलो नाही.

एका इमर्जन्सीच्या दिवशी रात्री दहा वाजता एक गुप्ते नावाचा विद्यार्थी ॲडमिट झाला होता. त्याच्या पोटावर व छातीवर सुऱ्याने वार केले गेले होते. त्या वेळी सहा तास ऑपरेशन करून पोटातली फाटलेली आतडी शिवली. छातीच्या दोन्ही बाजूंना कापून फुप्फुसे शिवली व जीवघेण्या हल्ल्यातून तो वाचला. त्याचे वडील मोठ्या बँकेचे महासंचालक होते.

दोन वेळा मी हृदयाला गेलेले छेद हृदय धडधडत असताना शिवले. खुनी हल्ल्यातून हे दोन्ही पेशंट वाचले; याचे श्रेय त्यांच्या आयुष्याच्या बळकट दोरीला जास्त द्यावे लागेल; कारण ते हृदयाला इजा होऊनही ऑपरेशनला येईपर्यंत जिवंत होते.

एक पेशंट गिळण्यास व श्वास घेण्यास त्रास होतो म्हणून माझ्याकडे आणला होता. त्याला मोठ्या हॉस्पिटलमधून काहीही इलाज करता येणार नाही म्हणून परत पाठवला होता. ही केस मेंदूला बहुधा व्हायरल इन्फेक्शनने सूज आल्याने अन्न गिळण्याच्या व श्वास घेण्याच्या शिरांचा पॅरेलिसिस झाल्याची (BULBAR Palsy) होती. मी त्याला नाकातून पोटात अन्न देण्यासाठी एक रबरी नळी घातली (Ryles Tube) व श्वास घेण्यासाठी (ट्रॅकिऑस्टॉमी) श्वासनलिकेला भोक पाडून नळी बसवली. आठ दिवसांत तो पूर्ण बरा झाला. नंतर नळ्या काढून टाकल्या.

असाच एक आमच्या ओळखीचा माणूस मी ससूनमध्ये ॲडमिट होण्यासाठी चिठ्ठी देऊन पाठवला. मी वॉर्डमध्ये जाईपर्यंत माझ्या उत्साही हाउस सर्जनने त्याला X-ray डिपार्टमेंटमध्ये बेरिअम पाजून X-ray काढण्यासाठी पाठवला होता. या रोगात गिळता येत नसल्याने गिळलेले अन्न फुफ्फुसात जाते. या माणसाचेही तसेच झाले व न्युमोनिया होऊन त्याला प्राण गमवावा लागला. कित्येक वेळा अतिउत्साह धोकादायक ठरतो. सरांचा पेशंट म्हणून अतिरेकी काळजी घेतली जाते व पेशंट घाबरून अस्वस्थ होतो. सगळे डॉक्टर सारखे आपल्यालाच का बघताहेत, सारख्या तपासण्या का करताहेत, हे त्याला कळत नाही व आपला आजार फारच बळावलेला आहे, असे समजून ताबडतोब घरी जाण्यासाठी हट्ट धरतो.

एक पॉश भिकारी तुम्ही मेनस्ट्रीटवर बघितला असेल. त्याचे दोन्ही पाय गुडघ्यावर तोडलेले आहेत. त्याच्या पायाच्या रक्तवाहिन्यांत अडथळे आल्याने हे पाय तोडावे लागले. हा रोग सिगारेट ओढण्याच्या अतिरेकाने होतो. एक पाय तोडल्यावर त्याला सिगारेट ओढणे बंद करायला सांगूनसुद्धा त्याने ऐकले नाही. दुसरा पाय तोडल्यावरही तो ऐटीत सिगारेट ओढत मेनस्ट्रीटवर भीक मागत उभा असतो. आता त्याच्या हातातील रक्तवाहिन्याही निकामी झाल्या आहेत. त्याचे हातही तोडावे लागणार बहुतेक.

डायबेटिसमुळेही कधी कधी पाय तोडावे लागतात. एका माझ्या पेशंटचे असेच एका पाठोपाठ एक दोन्ही पाय तोडावे लागले. त्याला कृत्रिम पाय लावण्याचा खूप प्रयत्न केला; पण त्यामुळे पायांना जखमा होत. म्हणून शेवटी हा पुढे दहा वर्षे घरात लोखंडी कॉटवर झोपून, बसून जगला. घरात फक्त त्याची बायको असल्याने सर्व विधी कॉटवरच करावे लागत. कॉटवरच पाणी घेऊन स्नान करावे लागे. त्याच्या बायकोला खरोखरच पद्मश्री द्यायला हवी. दहा वर्षे अशा नवऱ्याची सेवा करणे, त्याला सांभाळणे हे महाकर्मकठीण काम तिने केले.

एके दिवशी ओपीडीत एक हिजडा आला. त्याला त्याचे लिंग काढून टाकायचे होते. हिजड्यांचे लिंग तोडणारे अघोरीपणाने भट्टीत तापलेल्या सुरीने तोडतात. पण त्याला निराश होऊन परत जावे लागले व अघोरी उपाय करून घ्यावेच लागले असावेत. त्याची गंमत म्हणजे त्याला आमच्या हाउसमनने प्रथम बायकांच्या वॉर्डात ॲडमिट केले होते. तिथल्या बायका आरडाओरडा करायला लागल्यामुळे मग पुरुषांच्या वॉर्डात ॲडमिट केले. तिथेही त्याची खूप टिंगलटवाळी झाली व निरोगी अवयव काढणे बेकायदेशीर असल्याने शेवटी त्याला निराशेने

परत जावे लागले.

एका पेशंटच्या छातीत बॉलपेन घुसले व त्याने थेट अन्ननलिकेला भोक पडले. छाती उघडून अन्ननलिकेची जखम शिवावी लागली.

जेव्हा CT Scan नव्हता तेव्हा आमच्या वॉर्डात मेंदूला इजा झाल्याने अनेक बेशुद्ध पेशंट आणले जायचे. कोणी झाडावरून पडलेला तर कोणी रेल्वेतून पडलेला. त्या वेळी आम्ही त्यांची ट्रॅकिऑस्टॉमी करून (श्वासनलिकेत भोक पाडून) त्यांचा श्वास मोकळा करत असू व कवटीला चार छिद्रे पाडून मेंदूवरील सुजेला वाव देत असू. बहुतेक रोगी थोड्या दिवसांत मरत; पण ज्यांच्या मेंदूला फारशी इजा झाली नसेल ते पूर्ण बरेही होत. आताही मोठ्या खाजगी हॉस्पिटलमध्ये CT Scan असूनही बेशुद्ध माणसांची डोक्याची कवटी फोडून भोके पाडण्याचे काम मोठ्या प्रमाणावर चालूच आहे. सर्जनचे एकच वाक्य "ऑपरेशन हा एकच पर्याय आहे, जो या माणसाला वाचवू शकेल. खात्री अजिबात नाही!" पेशंटचे नातेवाईक मग कितीही खर्च आला आणि खात्री अजिबात नसली तरी ऑपरेशन करण्यास संमती देतात!

अशीच अवस्था ७०टक्क्यांपेक्षा जास्त भाजलेल्या रुग्णांची असते. ते ३-४ दिवस जगतात. शुद्धीवर असतात पण नंतर हमखास मरतात. पण या तीन दिवसांत तो रुग्ण बरा होण्यासाठी लाखो रुपये खर्च केले जातात.

आमच्या वॉर्डात एक धुळ्याची बाई ॲडमिट झाली होती. तिच्या गळ्यात ३॥ किलो वजनाची थायरॉईड ग्रंथीची गाठ होती. सर्व तपासण्या करून मी तिचे ऑपरेशन केले. तीस वर्षे वागवलेली गळ्यातील एवढी मोठी गाठ काढल्यामुळे ती व तिचे नातेवाईक खूश झाले.

धुळ्याच्या परिसरात थायरॉइडचे खूप रुग्ण आहेत. ह्या बऱ्या झालेल्या बाईने तिच्या ओळखीच्या तशीच मोठी गाठ असलेल्या पेशंटला पाठवले. तपासणीमध्ये तिच्या रक्तात थायरॉइडच्या हॉरमोनची कमतरता आढळून आली. त्यामुळे तिला त्या हॉरमोनच्या गोळ्या सुरू केल्या आणि बघता बघता दोन आठवड्यांत ती गाठ पूर्ण नाहीशी झाली! शस्त्रक्रियेची जरुरीच पडली नाही. थायरॉईडच्या रोग्यांमध्ये हॉरमोनची तपासणी खूप महत्त्वाची व जरुरीची असते.

एक पेशंट डाव्या बाजूला पोटात व पाठीत खूप वेदना होतात म्हणून ॲडमिट झाला होता. त्या वेळी सोनोग्राफी नव्हती. साधा पोटाचा X-ray काढून निदान करावे लागे. किडनी स्टोन दिसला तर बरे; पण कित्येक स्टोन X-ray मध्ये दिसत नसत. त्यामुळे शारीरिक तपासणी व अनुभवाने निदान केले जाई.

वेदनाशामक इंजेक्शनांनीही त्याचे दुखणे कमी होत नव्हते. एकाएकी तो शॉकमध्ये गेला व मेला. पोस्टमॉर्टममध्ये कळले, की त्याच्या पोटातल्या मोठ्या रक्तवाहिनीचा फुगा (Aneurism) फुटल्याने तो तत्काळ मेला. सोनोग्राफीमुळे असे पोटातले छुपे शत्रू आता सहज सापडतात.

आमच्या वॉर्डात एक पेशंट सारखी चक्कर येते म्हणून ॲडमिट झाला होता. त्या वेळी आमचे मुख्य डॉक्टर सिद्दीकी हे न्यूरोसर्जन असल्याने त्यांच्या देखरेखीखाली त्याला ठेवले होते. CT Scan नव्हता. साध्या डोक्याच्या X-ray मधून काहीही कळत नव्हते म्हणून त्याच्या मेंदूची पाहणी करून काही रोग आढळल्यास काढून टाकावा म्हणून ऑपरेशन करायचे ठरवले. ऑपरेशनच्या आदल्या दिवशी या पेशंटला इलाज करणारे फॅमिली डॉक्टर त्याला भेटायला वॉर्डात आले. त्यांनी आमच्या निवासी डॉक्टरांना हा पेशंट TB साठी स्ट्रेप्टोमायसिनची इंजेक्शने गेले तीन महिने घेत होता हे सांगितले. लगेचच त्याच्या चक्कर येण्याचे कारण कळले. पूर्वी TB साठी स्ट्रेप्टोमायसिनची ९० इंजेक्शने देत असू. त्याचा साईड इफेक्ट म्हणजे चक्कर येणे हे सर्वांना ठाऊक होते व इंजेक्शनांचा कोर्स संपल्यावर हळूहळू चक्कर थांबत असे. चांगली हिस्ट्री न घेण्यामुळे व पेशंटनेही आपणहून अशी महत्त्वाची गोष्ट न सांगितल्यामुळे निदान चुकू शकते व जरुरी नसलेले ऑपरेशन केले जाते.

ऑपरेशन हा नेहमी शेवटचा पर्याय असला पाहिजे. अगदी क्षुल्लक ऑपरेशनमध्ये दगावलेले किंवा तीव्र कॉम्प्लिकेशनमध्ये गेलेले पेशंट्स आहे. गळू कापल्यावर एक रोगी तात्काळ मेला. जागेवर बधिर करून छोटेसे ऑपरेशन (Orchidectomy) केल्यावर एक रोगी किडनी फेल्युअरमध्ये गेला व त्याला डायलिसीस करावे लागले. म्हणून नेहमी असे म्हटले जाते, की चांगला सर्जन तोच ज्याला ऑपरेशन कधी करू नये हे कळते व जो अगदी नाइलाज म्हणूनच शेवटचा पर्याय म्हणून ऑपरेशन करतो.

असेही अनुभवले आहे, की पेशंटच्या मनाविरुद्ध ऑपरेशन केले, तर काहीतरी बिघडते. पेशंटच्या मनाची पूर्ण तयारी असेल व त्याने सर्जनची विनवणी केली, तर ऑपरेशन सुरळीत पार पडते व पेशंटही लवकर बरा होतो.

TB च्या रोग्यांबद्दलचा माझा अनुभव काही फारसा चांगला नाही. पूर्वी या रोगाला काहीच इलाज नव्हता. तेव्हा रोग्याला सॅनिटोरिअममध्ये ठेवून पूर्ण विश्रांती, चांगला पौष्टिक आहार व मोकळी हवा यांच्यावर भरवसा ठेवून रोगी बरा होण्याची वाट बघत असू.

स्ट्रेप्टोमायसीन आल्यानंतर हमखास १ वर्षाच्या ट्रीटमेंटने बरेच रोगी बरे होत. पण कालांतराने पुन्हा चिवट रोग उद्भवत असे व पुन्हा ही वर्षाची ट्रीटमेंट घ्यावी लागे. एका माझ्या पेशंटला प्रथम फुप्फुसाचा, नंतर घशाचा, नंतर पोटाचा व शेवटी मेंदूचा TB झाला. दरवेळी ट्रीटमेंट पूर्ण घेऊन तो बराही होत असे.

रिफॅमपिसिन आल्यापासून रोग्यांची इंजेक्शनपासून व त्यांच्या दुष्परिणामांपासून सुटका झाली व ६ महिन्यांत रोगी बरे होऊ लागले. पण नंतर त्यांच्या कुठल्याही तक्रारीसाठी आल्यावर TB नाही याची खात्री करून घेणे मला जरुरीचे वाटते.

यावरून आठवण झाली ती एका छोट्या ६-७ वर्षाच्या मुलीची. ती तापासाठी के.ई.एम. हॉस्पिटलमध्ये ॲडमिट झाली होती. एकापेक्षा एक भारी अँटीबायोटिक्स देऊनही तिचा ताप कमी होत नव्हता. अशक्तपणा वाढत चालला. त्यांनी हॉस्पिटलमधून पेशंटला माझ्याकडे आणले. तिचा X-ray बघितल्यावर मला TB ची शंका आली. मी X-ray स्पेशालिस्टकडून खात्री करून घेतली व स्ट्रेप्टोमायसीनचे इंजेक्शन दिले. एका इंजेक्शननेच तिचा ताप थांबला. पुढे तिची ट्रीटमेंट होऊन ती बरी झाली.

पूर्वी जेव्हा पहिल्यांदा स्ट्रेप्टोमायसिन बाजारात आले, तेव्हा ते देण्यासही डॉक्टर घाबरत असत. माझ्या एका नातेवाईक रुग्णाला त्या वेळी वाडिया हॉस्पिटलमध्ये ॲडमिट करून तिथे काम करणाऱ्या गोखले डॉक्टरांनी ते इंजेक्शन दिले. पूर्वी ते आठवड्यातून एकदा देत.

कॅन्सरसाठी मी असंख्य ऑपरेशन्स केली. माझे बहुतेक पेशंट बरे झाले, असे मला वाटत असे. एका बाईचे स्तनाच्या कॅन्सरचे ऑपरेशन मी केले. नंतरच्या सगळ्या तशाच रोगाच्या बायकांना ती ऑपरेशनआधी भेटायला येत असे. त्यामुळे त्या पेशटंना खूप धीर वाटत असे. बावीस वर्षे ती चांगली होती. मला तिचे उदाहरण सांगताना खूप अभिमान वाटे. पण एके दिवशी खोकला येतो म्हणून ती आली आणि X-ray मध्ये तिच्या दोन्ही फुप्फुसांत कॅन्सर पसरलेला आढळला. बावीस वर्षांनी ती या जीवघेण्या आजाराला बळी पडली, तेव्हापासून माझा कॅन्सर पूर्ण बरा होतो यावरचा विश्वासच ढळला! अजूनही माझे बरेच पेशंट भेटतात व चांगले दिसतात; पण त्यांना बघितल्यावर मनातून मी हादरतो व पुढे त्यांनातरी त्रास होऊ नये, म्हणून परमेश्वराची प्रार्थना करतो.

सायटिका रोगावर आमच्या पाठ्यपुस्तकात दोन पर्याय दिलेले आहेत. एक म्हणजे पूर्ण विश्रांती. जमिनीवर किंवा कठीण बेडवर सतत २४ तास असे

एक ते दोन महिने झोपून राहणे. सर्व विधी झोपूनच करणे. हे करण्याने पाठीतल्या मणक्यातून निसटून मज्जातंतूवर दाब देणारी कूर्चा आपोआप आकुंचन पावते व दाब नाहीसा होतो. दुखणे पूर्ण थांबते. दुसरा मार्ग म्हणजे मणक्यावर छेद घेऊन ही कूर्चा काढून टाकणे. म्हणजे ऑपरेशन. पहिली पद्धत सांगायला सोपी पण आचरणात आणायला फार अवघड. माझ्या संपूर्ण कारकिर्दीच्या शेवटी मला दोन पेशंट अशा मिळाल्या की त्यांनी पूर्णवेळ झोपून राहण्याचा निर्धार दाखवला व त्या दोघीही पूर्ण बर्‍या झाल्या.

तिसरी माझ्या मुलीची डॉक्टरमैत्रीण. तिने जेमतेम १५ दिवस झोपून राहण्याचा प्रयत्न केला. *त्यामुळे जवळजवळ ७०% आराम मिळाला; पण त्यानंतर तिने चटकन बरे होण्यासाठी ऑपरेशनचा मार्ग स्वीकारला.*

कोणत्याही रोगावर ऑपरेशनचा सल्ला देण्याआधी तज्ज्ञ डॉक्टरांच्या देखरेखीखाली निरनिराळे उपाय करून बघायला काहीच हरकत नसावी. शरीराला जास्त इजा होत नाही अशी खात्री असली, तर थोडे थांबणे केव्हाही फायदेशीरच ठरते.

मुतखड्यांबद्दलही माझे हेच मत आहे. बहुतेक छोटे खडे पडून जातातच. पण डॉक्टरांना व पेशंटना पेशन्स हवा. कोणताही खडा पोटात पुन:पुन्हा दुखवून पडतो. त्यासाठी वेदनाशामक औषधे घ्यावीत. सोनोग्राफीमुळे खड्याची पोझिशन व त्यामुळे किडनीवर होणारा परिणाम कळू शकतो. वारंवार सोनोग्राफी करून खड्याची हालचाल व किडनीवरचा परिणाम धोकादायक वाटत नसेल, तर थांबायला काहीच हरकत नसते. ज्या वेळी खडा सरकतच नसेल व किडनीवरचा दाब वाढत असेल, तेव्हा तो खडा काढणे योग्य.

पूर्वी आम्ही छोटासा खडाही मोठे ऑपरेशन करून काढत असू. पण सोनोग्राफी आल्यापासून मी तर छोटे छोटे खडे आपोआप पडण्याची वाट बघतो व ते पडतातच. प्रोस्टेट ग्रंथी उतारवयात वाढणे व त्यामुळे लघवी पूर्ण न होणे, पुन्हा पुन्हा जावे लागणे इत्यादी त्रास हा पुरुषजातीला शापच आहे. पण या लक्षणांसाठी लगेच ऑपरेशन करण्यापेक्षा मी सोनोग्राफीत प्रोस्टेटच्या अडथळ्याने लघवी तुंबून राहत नसेल तर वाट बघतो, लक्ष ठेवतो. ५० मिलीपेक्षा जास्त लघवी, लघवी केल्यानंतर मूत्राशयात राहत असेल तर मी हार्मोनची ट्रीटमेंट देतो. त्यामुळे हेही प्रमाण निश्चित कमी होते व ऑपरेशन टळते. या ट्रीटमेंटनंतरही जास्त लघवी तुंबून राहत असेल तर किडनीवर परिणाम होऊ शकतो. अशा वेळी प्रोस्टेटचे ऑपरेशन करून घेणे जरुरीचे असते.

ससूनमध्ये आलेल्या प्रचंड अनुभवामुळे मला माझ्या छोट्याशा हॉस्पिटलमध्ये कोणतेही ऑपरेशन करताना कसलेही टेन्शन येत नसे. खूप मोठी मोठी ऑपरेशन्स मी फार थोड्या सुविधा असलेल्या माझ्या हॉस्पिटलमध्ये केली आहेत. एकदा महाबळेश्वरच्या आनंदवनभुवनमधील एक वयस्क व्यवस्थापक माझ्याकडे पोटदुखीसाठी आले. त्यांचे पोट फुगलेले होते. कोणतीही तपासणी न करता मी त्यांचे ऑपरेशन केले. पोटात आतड्याचा बराच भाग गँगरिन झालेला होता. तो काढून आतडी एकमेकांना जोडली. नवव्या दिवशी ते चांगले होऊन घरी जायच्या तयारीत असतानाच त्यांच्या पोटातून घाण येऊ लागली. त्याचा अर्थ ते जोडलेले आतडे पुन्हा फुटले गेले होते. जोडल्या ठिकाणाचा रक्तप्रवाह पुरेसा नव्हता. खूप प्रयत्न करूनही ते दगावले.

तशीच एक केस जिच्यामध्ये पूर्ण आतडे गँगरिन झाले होते. काहीही करण्यासारखे नसल्याने पोट शिवले. ८-९ दिवसांनी पूर्ण बरा होऊन तो पेशंट घरी गेला. यामध्ये त्या आतड्याचा रक्तपुरवठा आपोआप सुधारला असावा. अशीच एक केस त्या वेळी ससूनमध्ये दगावली होती.

एक तरुण मुलगा पोटदुखीसाठी अॅडमिट झाला होता. त्याला अपेंडिक्सचा त्रास असावा असे वाटले होते. पण त्या वेळी नुकतेच सोनोग्राफीचे तंत्र चालू झाले होते. सोनोग्राफीत त्याला पॅक्रीआस ग्रंथीमध्ये गळू असल्याचे निदान झाले. त्यामुळे ऑपरेशनची जागा बदलून ते गळू कापून तिथे रबराची नळी ठेवली. त्या नळीतून बरेच दिवस स्राव येत होता. पण हळू हळू तो पूर्ण बरा झाला.

एकदा पोटातील अल्सर फुटल्यामुळे एक बाई अॅडमिट झाल्या. माझ्या मते ऑपरेशन करणे आवश्यक होते; पण त्यांच्या ओळखीच्या एका सर्जनला बोलावण्यात आले. त्याने मुंबईच्या के. ई. एम. मध्ये काम केले होते. त्यांच्या म्हणण्याप्रमाणे के. ई. एम. मध्ये अशा केसेसमध्ये ऑपरेशन करत नाहीत. पोटातील स्राव नाकातल्या नळीतून शोषून घेतात व ती पोटातली जखम बरी होते. ही रिस्क घेणे मला पटत नव्हते. मी ऑपरेशन केले व फुटलेला अल्सर शिवून टाकला. त्या बाई पूर्ण बऱ्या झाल्या.

मोठ्या हॉस्पिटलमध्ये असे प्रयोग करणे शक्य असते व केलेही जातात. पण छोट्या हॉस्पिटलमध्ये असा धोका पत्करणे योग्य नाही. अल्सर फुटणे पूर्वी खूप कॉमन होते. अल्सर शिवून पेशंट तात्पुरता बरा होतो; पण अल्सर होण्याचे कारण जे अॅसिडिटी, ते काढले नाही तर पेशंटला पुन्हा पोटदुखी चालू राहते. मग आम्ही दुसरे ऑपरेशन करून (Vagotamy + G. J.) व्हेगस नर्व्हज कापून

पोट आतड्याला शिवत असू. ही दोन ऑपरेशन्स टाळण्यासाठी मी ससूनमध्ये प्रथमच एका डॉक्टर पेशंटवर एकाच ऑपरेशनमध्ये या दोन्ही गोष्टी केल्या. तेव्हापासून माझ्या युनिटमध्ये हे रुटीनच झाले व पेशंटचे दुसरे ऑपरेशन टळले.

एकदा रात्रीच्या वेळी माझ्या हॉस्पिटलमध्ये असाच फुटलेल्या अल्सरचा पेशंट आला होता. नेमके ऑपरेशनच्या वेळी लाइट गेले. बराच वेळ थांबूनही लाइट येईनात. मी लगेच मोठा टॉर्च विकत आणला व त्या प्रकाशात फुटलेला अल्सर शिवला.

माझ्या मित्राच्या भावाची दहा वर्षांची मुलगी अशीच पोटदुखीसाठी रात्री माझ्या हॉस्पिटलमध्ये आणली होती. तिच्या पोटात पू झाल्याचे निदान करून मी ऑपरेशन केले. संपूर्ण आतडे तपासून कुठेही ते फुटले नसल्याची खात्री केली व नळी ठेवून पोट शिवले. ती पूर्ण बरी झाली.

अशा कितीतरी केसेस मी कोणत्याही तपासण्या न करता केवळ धाडसाने केल्या, याचे आता मला आश्चर्य वाटते. का मी अशी धाडसे केली? काही बरे-वाईट झाले असते तर? या विचारानेसुद्धा आता मला घाम फुटतो.

शहा पापडवाले. माझ्या हॉस्पिटलच्या खालीच दुकान असलेले किडकिडीत शरीरयष्टीचे. त्यांना असेच संध्याकाळी हॉस्पिटलमध्ये आणले. त्यांच्या पोटात पू झाल्याचे निदान करून मी लगेच पोट उघडले तर त्यात गॉलब्लॅडर फुटलेले आढळले. ते काढून टाकले व ते बरे होऊन घरी गेले. कोणतीही तपासणी न करता केवळ शारीरिक तपासणीवरून निदान करून ताबडतोब निर्णय घेतल्यामुळे व परमेश्वरकृपेनेच माझे बहुतेक सगळे पेशंट बरे झाले. हॉस्पिटलमध्ये मी, नर्स व एक आया एवढीच माणसे असायचो. आमची नर्सच मला असिस्ट करायची. मला वाटते, माझे हॉस्पिटल तिसऱ्या मजल्यावर होते तिथपर्यंत चढून येणे हेच ऑपरेशनसाठी फिट असण्याचा पुरावा असे. माणसे मदतीला नसल्याने व अवेळी सुविधा मिळत नसल्याने व सर्वांत महत्त्वाचे म्हणजे पेशंटची आर्थिक स्थिती कधीच चांगली नसल्याने थोडक्यात इलाज करण्यासाठीही मी ही धाडसे केली. तरीही ही फार मोठी धाडसे होती, यात संशय नाही.

सर्वात मोठं धाडस मी माझ्या छोट्याशा हॉस्पिटलमध्ये गुदद्वाराच्या (रेक्टम व अेनल कॅनॅल) कॅन्सरचं केलेल ऑपरेशन. हे फार मोठं ऑपरेशन होतं. यात आतड्याचा शेवटचा एक फूट भाग काढून संडाससाठी पोटाच्या डाव्या भागात नवा रस्ता करायचा असतो. सर्व सुरळीत होऊन पेशंट बाराव्या दिवशी घरी गेला.

खरोखरचं माझं नशीब थोर. माझ्या वेड्या धाडसांना यश मिळत गेलं. आता विचार केला तर अंगावर काटा येतो.

स्त्रियांची सगळी ऑपरेशन्स मी केवळ पुस्तकात वाचून केली. गर्भाशय काढणे व सिझेरिअन करण्यात तर मी पटाईतच झालो होतो. पण गर्भाशय खाली सरकण्याची (Prolapse Uterus) ऑपरेशन्सही मी आत्मविश्वासाने पार पाडली. ही स्त्रियांची ऑपरेशन्स मी ससूनमध्ये करू शकत नव्हतो. पण माझ्या विद्यार्थ्यांना शिकविण्यासाठी तिथेही मी ही ऑपरेशन्स क्वचित करे.

प्लॅस्टिक सर्जरीचीही मला खूप आवड होती. फाटलेले ओठ व मूत्रमार्गातील जन्मत: असणारे दोष (Hypspadius) मी कित्येक वेळा दुरुस्त केले आहेत. चांगले धागे मिळू लागल्यावर चांगले यश मिळू लागले.

नाकाजवळच्या हाडातील कॅन्सरसाठी maxillectomy ची मी करत असलेली शस्त्रक्रिया बघायला दुसऱ्या कॉलेजमधील पुष्कळ विद्यार्थी येत असत. अगदी शेवटच्या ५ वर्षांत मी pancreas ग्रंथीच्या कॅन्सरवरील शस्त्रक्रियाही यशस्वी पूर्ण केल्या.

* * *

# कॉट नंबर ७ - नावीन्याची आवड

मला सतत नवे काहीतरी करायची आवड आहे आणि या माझ्या आवडीला ससूनमध्ये भरपूर वाव मिळाला.

लहान मुलांचे गुदद्वारातून बाहेर येणाऱ्या आतड्यासाठी (Prolapse rectum) मी गुद्द्वाराला टाका (Purse string) घालून आत अल्कोहोलचे इंजेक्शन (Submucus) देत असे. त्यामुळे १५ दिवसांनी टाका काढता येत असे. हायड्रोसिलचे ऑपरेशन जागेवर बधिर करून छोट्या व्रणातून करून एका टाक्याने मी करतो. त्यामुळे पेशंट लगेच घरी जाऊ शकतो व सर्व कॉम्प्लिकेशन्स टळतात. असंख्य पेशंटचे कॅन्सरसाठी जबडे काढल्यानंतर जबड्याच्या जागी स्टीलची पट्टी तयार करवून घेऊन मी बसवत असे. इंपोर्टेड पट्टी ९०० रुपयांना मिळे. माझी पट्टी ५ रुपयात मिळे.

ॲक्सिडेंटमध्ये मूत्रनलिका तुटण्याचे प्रमाण पूर्वी खूप असे. त्याला आम्ही मेटल डायलेटरने रेलरोडिंग करत असू. त्यासाठी मी एक स्पेशल डायलेटर बनवला. त्यात दुसरा अलगद अडकत असे. त्याला रेलरोड डायलेटर असे नाव दिले. त्याने रेलरोडिंग सहज करता येई. हा माझा शोध इंटरनॅशनल जर्नल ऑफ युरॉलॉजीत छापून आला होता.

प्रोस्टेटची शस्त्रक्रिया आम्ही मूत्राशय उघडून करत असू. पण मिलिन्सच्या पद्धतीने प्रोस्टेट ग्रंथीवर छेद घेऊन करण्यासाठी स्पेशल इन्स्ट्रुमेंट्स लागत. ती खूप महाग होती. म्हणून मी ती शस्त्रक्रिया कुठलेही स्पेशल हत्यार न वापरता करायची पद्धत शोधून काढली व अजिबात रक्तस्राव न होता मी अशा बऱ्याच शस्त्रक्रिया केल्या.

पोटात पाणी होण्याची बरीच कारणे आहेत. बऱ्याच पेशंटमध्ये औषधाने ते पाणी मूत्राद्वारे बाहेर टाकून पेशंटला आराम देता येतो. पण काही पेशंटमध्ये औषधाला म्हणावा तसा प्रतिसाद मिळत नाही (intractable ascites). अशा पेशंटना पोट तडीस गेल्यामुळे खूप त्रास होतो. अशा पेशंटचे मी Recent advances in Surgery मध्ये वाचलेले एक ऑपरेशन करून बघायचे ठरवले. या ऑपरेशनमध्ये लहान आतड्याचा शेवटचा दीड फूट भाग सुटा करून त्याची आतील बाजू बाहेर करायची व तो आतला भाग पोटातील पाणी शोषून घेऊन पेशंटला आराम मिळे. या ऑपरेशनमुळे (Ileo-Enterectrophy) मी बऱ्याच पेशंटना आराम देऊ शकलो.

या ऑपरेशनवरूनच मला एक कल्पना सुचली. अपेंडिक्सच्या आतील आवरणात भरपूर लिम्फॅटिक टिश्यू असतात. तो जर उघडा करून ठेवला, तर पोटातील जंतू नाहीसे करू शकेल. मी हा प्रयोग कुत्र्यांमध्ये केला. कुत्र्याचे अपेंडिक्स उलटे करून शिवले. (internal surface outside exposed to peritoneal cavity) नंतर त्याच्या पोटात जंतू सोडले व आश्चर्य म्हणजे इन्फेक्शन न होता कुत्रे जिवंत राहिले. काही कुत्र्यांमध्ये नुसते जंतू सोडले ती इन्फेक्शननी (Peritonitis) मेली. पण उलटे केलेल्या अपेंडिक्समुळे आजूबाजूची आतडी त्याला चिकटून (adhesive obstruction) आतड्यांना आडथळा होऊ लागला. त्यामुळे माणसांमध्ये हे ऑपरेशन करणे योग्य नाही, असा निष्कर्ष काढावा लागला.

इन्फेक्शनमुळे आतडी एकमेकांना चिकटणे हे सर्जनला अजून न सुटलेले कोडेच आहे. ती adhesions होऊ नयेत म्हणून खूप प्रयोग मी केले, तसेच जगातील अनेक सर्जनांनी केले. पण अजून कोणालाही यश आलेले नाही. कोणत्याही ऑपरेशनसाठी पोट उघडताना मागून adhesions होणार, याची कायमच भीती वाटते. adhesive intestional obstruction हे अत्यंत त्रासदायक दुखणे आहे व ते न व्हावे म्हणून प्रत्येक सर्जन कायमच प्रार्थना करत असतो.

डोक्याला मार लागून कवटीच्या आत रक्तस्राव झाल्यास त्यासाठी कवटीला मोठे भोक पाडून साकळलेले रक्त बाहेर काढावे लागते. कवटीमधील भोक पेशंटला सदैव अस्वस्थ करते व कातडीखाली लगेच मेंदूची हालचाल जाणवते. मी ससूनमध्ये सर्वांत प्रथम अशा भोकावर ॲक्रीलिकची चकती बसवली. पेशंटला ह्या छोट्याशा ऑपरेशनने खूप बरे वाटले. चकती डेण्टिस्टकडून मापाची करवून घेतली होती. लघवी करण्यावरील कंट्रोल गेलेल्या रुग्णांवर मी

एका जर्नलमध्ये आलेली शस्त्रक्रिया केली. त्यात मूत्रनलिकेवरील टिश्यू (Corpora Cavernosa) एकमेकांना शिवून मूत्रावर कंट्रोल आणला गेला. हातावरील गँग्लीऑन काढणे हे तसे किचकट ऑपरेशन व पुन्हा होण्याची भीती. असेच एका जर्नलमध्ये वाचून मी त्या गँग्लीआनमध्ये नायलॉनचा धागा आरपार टोचून एक आठवडा ठेवत असे. गाठ नाहीशी होत असे व पेशंट ऑपरेशनशिवाय पूर्ण बरे होत असत.

पायातल्या रक्तवाहिन्या आकुंचित पावून पायात होणाऱ्या वेदना व गँगरिन होणं हा एक आव्हान देणारा रोग. त्यासाठी सिंपेथेटिक गँग्लीऑन काढणे ही एक शस्त्रक्रिया थोडासा आराम देऊ शकते. पण त्याचा इफेक्ट थोडे दिवस टिकतो. अशा रुग्णांना पोटातील आवरण (Omentum) रक्तवाहिनीसकट सुटे करून मांडी व पोटरीपर्यंत आणून स्नायूवर शिवण्याची शस्त्रक्रिया (omentopexy) मी करत असे. त्यामुळे पायातील स्नायूंना नवीन रक्तपुरवठा होऊन पाय दुखणे थांबत असे व गँगरिन झालेला थोडासा भाग काढला, तरी जखम भरत असे. ही शस्त्रक्रिया जपानी सर्जन्स करत असत.

ससूनमध्ये मी ही शस्त्रक्रिया प्रथम सुरू केली व बऱ्याच पेशंटना आराम मिळवून देऊ शकलो.

काही पेशंटना हातातील रक्तपुरवठा वाढवण्यासाठीही मी हा पोटातील पडदा (Omentum) दंडाच्या व कोपराखालच्या स्नायूंपर्यंत आणून त्यांच्या हातातील वेदना थांबवून गँगरिन टाळू शकलो.

अन्ननलिकेच्या कॅन्सरसाठी मी पोटातून सर्व अन्ननलिका बोटांनी सोडवून काढून टाकत असे. (Transthoracic Oesophagectomy). नंतर यकृत (stomach) सुटे करून मानेपर्यंत आणून मानेमध्ये वरच्या अन्ननलिकेला जोडत असे. ही शस्त्रक्रियाही मी ससूनमध्ये प्रथम सुरू केली. छाती न उघडल्यामुळे हे रुग्ण लवकर बरे होत.

* * *

# कॉट नंबर ८ –
# प्रॅक्टिस

सर्जिकल प्रॅक्टिस कशी करावी याचे ज्ञान आम्हाला मेडिकल कॉलेजमध्ये कोणीही शिकवले नव्हते. पेशंटशी कसे वागावे, हेही कोणी शिकवत नाही. मी माझ्या विद्यार्थ्यांना काही सूचना देत असे -

१. सर्जिकल प्रॅक्टिस सुरू व्हायला खूप वेळ लागतो, कारण काही पेशंट बरे केल्याशिवाय तुमच्यावर कोणीही विश्वास ठेवत नाही.

२. पहिला पेशंट हा तुमच्याकडे येतो तो नशिबाने. त्याने तुमच्याकडे का यावे? बहुतेक वेळा अगदी गरीब पेशंट, केवळ कमी पैशात इलाज करून मिळेल म्हणूनच येतो. एक पेशंट बरा झाला तर तो दहा पेशंट तुमच्याकडे घेऊन येतोच. तसेच एकाचे ऑपरेशन बिघडले, तर तो येणाऱ्या शंभर पेशंटना तुमच्याकडे न जाण्याचा सल्ला देतो.

३. प्रत्येक पेशंटची पूर्ण काळजी घेऊन शस्त्रक्रिया करणे अत्यंत आवश्यक असते.

४. कोणालाही कसलीही अवाजवी खात्री देऊ नये. होणाऱ्या कॉम्प्लिकेशन्सची माहिती आधीच देणे आवश्यक असते. त्याला न घाबरवता शांतपणे सर्व स्टेप्सची कल्पना दिली म्हणजे त्याचा विश्वास बसतो.

५. सुरुवातीला फार मोठ्या शस्त्रक्रिया करणे टाळावे. Calculated risk घ्यावीच लागते.

६. पेशंट व त्याचे नातेवाईक यांच्याशी आदराने, पण पूर्ण आत्मविश्वासाने बोलावे.

७. पेशंटचे पूर्ण समाधान होईल यासाठी भरपूर चर्चा करावी व त्यांचा तुमच्यावरील विश्वास वाढवण्याचा प्रयत्न करावा.

८. पेशंटने आणलेले पेशंट हीच खरी प्रॅक्टिस.

९. कट प्रॅक्टिस टाळावी. मध्यस्थ टाळावेत. पेशंट आणल्याबद्दल पैसे देणे टाळावे. एकदा चटक लागली, की हे मध्यस्त डोईजड होतात. जास्ती कट मिळेल त्याच्याकडे हे पेशंटला पाठवतात.

१०. पेशंटला कमी खर्चात पाडण्याचा मन:पूर्वक प्रयत्न करावा.

११. नातेवाईक व इतर डॉक्टरांकडून फी घेऊ नये. त्यांच्याशी निरपेक्ष मैत्री ठेवावी, म्हणजेच ते तुमच्याकडे पेशंट पाठवतील.

१२. व्हिजिटला जाण्याचे अजिबात टाळू नये.

१३. निरनिराळ्या ग्रुप्समध्ये जाऊन जास्तीत जास्त मित्र मिळवावे. आपली हुशारी दाखविणे व प्रौढी मिरवणे टाळावे.

१४. पैशाची मागणी कधीही करू नये. तुमचे कष्ट कधीही वाया जात नाहीत व तुमचे पैसे कधीही बुडत नाहीत.

१५. पेशंट हा तुमचा अगदी जवळचा नातेवाईक आहे असे समजून सल्ला दिला, तर तो कधीच चुकत नाही.

१६. पैशासाठी जरूर नसलेली ऑपरेशन्स कधीही करू नयेत.

१७. मित्र, नातेवाईक व डॉक्टर यांना ताबडतोब तपासावे. वाट बघायला लावू नये. तेच तुमचे PRO असतात. त्यांच्याकडून कधीही फी घेऊ नये. उलट, त्यांना चहा-कॉफी पाजल्याशिवाय जाऊ देऊ नये.

१८. कधीही अडचण आल्यास मित्र, सीनिअर कलीग किंवा शिक्षक यांचा सल्ला घेण्यात कमीपणा समजू नये.

१९. आपला पेशंट सीरिअस झाल्यास दुसऱ्याकडे पाठवू नये. दुसऱ्यांना आपल्याकडे मदतीला बोलवावे.

२०. कॉम्प्लिकेशन झाल्यास रुग्णाच्या नातेवाइकांना पूर्ण विश्वासात घेऊन सर्व कल्पना द्यावी. स्वत: घाबरू नये व नातेवाइकांना घाबरवू नये. शेवटपर्यंत मन:पूर्वक प्रयत्न करावेत. अशा प्रसंगी पेशंटच्या नातेवाइकांकडून पैशाची मागणी करू नये.

२१. Indemnity Insurance पुरेसा करणे अत्यंत जरूर.

२२. ऑपरेशनपूर्वी, ऑपरेशननंतर व ऑपरेशनमध्येही असणाऱ्या धोक्यांची, प्रत्येक गोष्टीची नातेवाइकांना पूर्ण कल्पना दिली व त्यांच्याशी मैत्रीचे संबंध जुळवू शकलो, तर कोणत्याही परिस्थितीत नातेवाईक तुम्हाला समजून घेतील व टोकाची भूमिका स्वीकारणार नाहीत.

प्रॅक्टिस सुरू केल्यापासून आपण केलेल्या प्रत्येक केसचे रेकॉर्ड नीट ठेवणे फार महत्त्वाचे असते. आता कॉम्प्युटरमुळे हे काम खूप सोपे झाले आहे. निरनिराळ्या रोगांवरील पेशंटचे एकत्रित रेकॉर्ड पेपर लिहिण्यासाठी किंवा दुसऱ्यांना दाखवण्यासाठी उपयोगी पडते.

अगदी सुरुवातीपासून तुम्ही केलेल्या इंटरेस्टिंग केसचे फोटो काढणे व त्यांची वर्गवारी करून नीट लावून ठेवण्याची सवय लावली पाहिजे. त्यासाठी चांगला कॅमेरा ही बाकीच्या हत्यारांइतकीच महत्त्वाची इन्व्हेस्टमेंट करणे जरूर आहे.

प्रॅक्टिस कुठे सुरू करावी, असा प्रश्न माझे विद्यार्थी मला विचारतात. जिथे कोणी सर्जन नसेल असे व्हर्जिन फिल्ड केव्हाही चांगले. पण मग तुम्हाला सर्जरी सोडून आयुष्यातील इतर गोष्टींना मुकावे लागते. खेड्यात पैसे लगेच मिळू लागतात. पण चार्जेस कमी ठेवावे लागतात. तसेच मोठ्या शहरात खूप वेळ प्रॅक्टिस सेट व्हायला लागतो. पण पैसे उशिरा पण भरपूर मिळतात.

तुमचे छंद, तुम्हाला आवडणारे मित्र, तुमचे नातेवाईक या सर्वांचा विचार करून प्रॅक्टिसची जागा ठरवावी. शेजारी कोणी सीनिअर सर्जन आहेत म्हणून घाबरू नये. त्यांच्याकडे जाणारे पेशंट तुमच्याकडे कधीच येणार नाहीत. तसेच तुमच्यावर विश्वास असणारे दुसरीकडे जाणार नाहीत.

आपल्या आर्थिक परिस्थितीप्रमाणे सुरवात छोटी करून हळूहळू मोठी जागा, इक्विपमेंट घेत गेले, तर हप्त्यांचे टेन्शन राहत नाही.

दिवसेंदिवस स्वत:चे हॉस्पिटल काढणे अशक्य झाले आहे. सर्व सुविधा व भरपूर स्टाफ ठेवणे परवडणे अशक्य. त्यामुळे कन्सल्टिंग व मायनर सर्जरी करता येण्यासारखे छोटे डे केअर उपयोगी पडते. छोट्या सर्जरी मोठ्या हॉस्पिटलमध्ये खूप त्रासाच्या व खर्चिक होतात. पण मोठ्या शस्त्रक्रिया नेहमीच मोठ्या इन्स्टिट्यूटमध्ये करणे चांगले व कमी त्रासदायक होते. पैसे कमी मिळतात, पण कसलीही काळजी आपल्याला करायला लागत नाही. भरपूर स्टाफ असतो. सर्व सुविधा एकाच ठिकाणी मिळू शकतात. जरूर पडल्यास सर्व प्रकारच्या स्पेशालिस्टची सेवा उपलब्ध होऊ शकते.

आम्ही छोटी हॉस्पिटल्स काढली; कारण आम्हाला आमच्या पेशंटना कमीत कमी खर्चात शस्त्रक्रिया करता येणे जरूर वाटत होते. पण त्यामुळे आम्हाला खूप जोखमी पत्कराव्या लागल्या. परमेश्वरी कृपेनेच आमची ऑपरेशन्स यशस्वी झाली व आम्ही गोत्यात आलो नाही.

काही सर्जन्सवर झालेल्या केसेस पाहिल्यानंतर आम्ही केलेला मूर्खपणा किती महाग पडू शकला असता, ते आता कळते. अमुक तपासणी का केली नाही? अमुक स्पेशल इक्विपमेंट तुमच्याकडे नसताना तुम्ही शस्त्रक्रिया केलीतच का? अशा प्रश्नांना आमच्याकडे कोणतीही समाधानकारक उत्तरे नव्हती. पेशंट खर्च करण्यास तयार नव्हता हे मानण्यास कोणीही, अगदी पेशंटचे नातेवाईकही, दुर्घटना घडल्यानंतर तयार नसतात.

आधी गोड बोलणारे पेशंट व त्याचे नातेवाईक कसलीही चूक नसताना दुर्घटना घडल्यावर तुमच्याशी क्रूरपणे वागतात. त्यामुळे मला आमच्या डॉ. एस. व्ही. भाव्यांचे कौतुक वाटते. जरूर त्या सर्व तपासण्या केल्याच पाहिजेत, असा त्यांचा रास्त अट्टाहास असे. 'माझ्या हॉस्पिटलमध्ये मी सर्व सुविधा व ट्रेंड स्टाफच ठेवणार आणि तुमची त्यासाठी जास्ती खर्च करण्याची तयारी असेल, तरच मी ऑपरेशन करेन; शिवाय तुम्हाला ॲडमिट करण्याआधी भरपूर ॲडव्हान्स भरावा लागेल.' या त्यांच्या अटी आम्हाला हास्यास्पद वाटत. पण ह्या अटी घालायला हिम्मत लागते. पेशंट दुसरीकडे गेला, तरी तशी मनाची तयारी लागते. मला वाटते, तशी तयारी व धाडस असण्यासाठी तुमची आर्थिक स्थिती खूप बळकट पाहिजे. सर्जरी तुम्ही हॉबी म्हणून करायला पाहिजे. आमच्यासारख्या जेमतेम अर्थिक स्थिती असणाऱ्यांना अशी प्रॅक्टिस करणे शक्य नव्हते व पेशंट देईल तेवढ्या पैशात सर्व इलाज करणे ही पेशंटइतकीच आमचीही गरज होती. त्यामुळेच आम्हाला सर्व प्रकारच्या तडजोडी जोखीम स्वीकारून कराव्या लागत. त्या तडजोडी खूप महागही पडू शकल्या असत्या. त्यामुळे नवीन सर्जनना मी सांगतो, की पैसे कमी मिळाले तरी चालतील, पण जरूर त्या तपासण्या, सर्व सुविधा असलेले हॉस्पिटल या बाबतीत तडजोड करू नका.

प्रॅक्टिसमध्ये सगळ्यात महत्त्वाची गोष्ट म्हणजे चिकाटी. पोटापुरते पैसे मिळायला कमीत कमी तीन ते पाच वर्षे लागतात. एक पेशंट बरा झाला, की त्याच्या नातेवाइकांचा तुमच्यावर विश्वास बसतो. मग त्यांच्या सांगण्यावरून दुसरा पेशंट तुमच्याकडे येतो. पहिला पेशंट हा तुमचा देव असतो. तुमचा काहीही अनुभव नसताना आपले शरीर तुमच्या ताब्यात देतो. त्याचे आभार जन्मभर न विसरता मानावे.

सुरुवातीला रोज किती कमाई झाली याचा विचार केला, तर नैराश्य येते. पण दर वर्षी किती कमाई होते याचा विचार केला, तर निश्चितच चढती कमान दिसते व नैराश्य जाते. थोड्या दिवसांत निराश होऊन नोकरी धरणारे किंवा

जागा बदलणारे कधीही यशस्वी होत नाहीत. गीतेत सांगितल्याप्रमाणे आपला धर्म बदलू नये. सर्जनने इतर धंदे करून मिळकत वाढवायचा प्रयत्न करू नये. एकतर त्याचे हसे होते व तो दोन्हीकडे अयशस्वी होतो. माझ्या एका मित्राने सिमेंट पाइपचा कारखाना काढला. डॉक्टर फॅक्टरीत गेले असल्याने पेशंट यायचे कमी झाले व नेमके त्याच वेळी सिमेंटवर सरकारी बंदी आल्याने फॅक्टरीही बंद पडली.

चिकाटीने धंदा केला व वेळ पाळली तर हळूहळू यश मिळतेच. माणसाने आशावादी असलेच पाहिजे. अंधारानंतर उजेड पडतोच, रात्रीनंतर दिवस उगवतोच. रिकाम्या वेळेत आपले ज्ञान अद्ययावत ठेवायचा प्रयत्न करावा. नवीन गोष्टी शिकून आपली प्रतिमा उजळ करावी. प्रत्यक्ष तज्ज्ञ सर्जन्सची ऑपरेशन्स बघावी. संधी मिळाली तर त्यांना मदत (असिस्ट) करावी. यामुळे नैराश्याचे विचार यायची मनाला संधीच मिळणार नाही.

दिवसेंदिवस सर्जरीमध्ये खूप प्रगती होत आहे. लॅपरॉस्कोपी, एण्डोस्कोपी आल्यापासून जनरल सर्जनचे फिल्ड कमी झाले आहे. ओपन सर्जरी आता कोणी करत नाही व करवूनही घेत नाहीत. त्यामुळे प्रत्येक सर्जनला नवीन टेक्निक्स यायलाच पाहिजेत. आता तर रोबोटिक सर्जरी येऊ पाहत आहे. नवीन टेक्निक्स न शिकणारा आला तर स्पर्धेत मागे फेकला जाईल. त्यामुळे यासाठी वेळ काढायला पाहिजे. नवनवीन इक्विपमेंट कितीही खर्चिक असली, तरी घ्यायला पाहिजेत किंवा सर्व इक्विपमेंट असणाऱ्या हॉस्पिटल्सच्या पॅनेलवर राहण्याचा प्रयत्न केलाच पाहिजे.

* * *

# कॉट नंबर ९ –
# परीक्षा

शिक्षणाच्या सुरवातीपासून सर्जन होईपर्यंत मी असंख्य परीक्षा दिल्या. ससूनमध्ये ऑनररी झाल्यापासून ३६ वर्षे असंख्य अंडरग्रॅज्युएट व पोस्टग्रॅज्युएट परीक्षांना परीक्षक म्हणून मी काम केले. त्यामुळे आपल्या परीक्षापद्धतीबद्दल माझा भ्रमनिरास झाला आहे. जोपर्यंत माणूस परीक्षक आहे तोपर्यंत माणसाचे गुण, दुर्गुण, त्याचा स्वभाव, त्याचा मूड, त्याच्यावर येणारे निरनिराळे दबाव, त्याच्या वैयक्तिक आयुष्यातील घटनांचा परिणाम यांमुळे परीक्षार्थी विद्यार्थ्यांची परीक्षा योग्य पद्धतीने होणे जवळजवळ अशक्यच आहे. एखादा सामान्य मुलगा पहिला येऊन गोल्ड मेडल मिळवतानाही बघितला, तसेच खरोखरच हुशार मुले चार चार वेळा नापास झालेली बघितलीत. एखादा एक्झामिनर खूप त्रासदायक व स्ट्रिक्ट आहे असे समजल्यावर सर्जरी सोडून दुसरा विषय घेतलेली मुलेही माहीत आहेत.

परीक्षेत सगळे चुकत असूनही रोज ‘everything has been done, go ahead’ अशी तार येणारा विद्यार्थी एम. एस. ला पहिल्या अटेम्प्टमध्ये पास झालेला बघितलेला आहे.

पूर्ण मानवविरहित कॉम्प्युटराइझ्ड परीक्षा असूनही मॅनिप्युलेशन करून फक्त सैन्यातील अधिकाऱ्यांच्याच मुलांना AFMC मध्ये ॲडमिशन मिळते व तीच डॉक्टर व स्पेशालिस्ट होतात, हे सत्य बघितले आहे.

परीक्षकाने विद्यार्थ्याला काय येते हे बघण्यापेक्षा काय येत नाही हेच बघायचे ठरवले, तर अगदी हुशार विद्यार्थीही नापास होऊ शकतो. असे निवडक प्रश्न बरेच एक्झामिनरही सोडवू शकणार नाहीत.

परीक्षेत एखाद्या विभागात विद्यार्थ्याने चूक केली, तर त्याला शून्य मार्क देऊन इतर विभागांत Compenset करायची संधीही मिळू न देणारे परीक्षकही बघितले आहेत.

लेखी पेपर वरवर तपासणारे व तोंडी परीक्षाही उथळपणे घेणारे परीक्षक असल्यावर विद्यार्थ्याने न्यायाची अपेक्षा कोणाकडून करायची?

मी मुंबईला एम. एस. करताना ग्रँट मेडिकलचे परीक्षक जी. एस. व नायरच्या विद्यार्थ्यांना नापास करत असत. आम्हा पुण्याच्या विद्यार्थ्यांना कोणीच वाली नसे.

परीक्षकांनी सहानुभूतीने प्रत्येक विद्यार्थ्याची परीक्षा घेतली व त्याला बेसिक ज्ञान आहे याची खात्री करून घेतली, तर कित्येक मुले पास होऊन चांगली सर्जन बनतील.

शेवटी परीक्षेत पास होणं म्हणजे फार काही विशेष नाही. यापुढेच त्याची खरी परीक्षा असते.

माझ्या मते एकतर गुरुकुल पद्धतीप्रमाणे एका गुरूच्या बरोबर सदैव राहून त्याचे पूर्ण समाधान होईपर्यंत काम करावे व मगच स्वतंत्र प्रॅक्टिस सुरू करावी. यात विद्यार्थ्यांवर परीक्षेचे दडपण नसणार. सतत गुरूच्या संपर्कामुळे तो कसे निदान करतो, काय आवश्यक तपासण्या करून निदानाची खात्री करतो व कसा इलाज करतो, हे जवळून शिकता येईल.

या पद्धतीचा तोटा म्हणजे विद्यार्थ्याला गुरूचे दोषही जवळून दिसतील. त्याच्याच सवयीही (चांगल्या-वाईट) नकळत अनुसरल्या जातील. सर्वांत मोठा दोष म्हणजे एकाच गुरूच्या बरोबर काम केल्यामुळे दुसऱ्या चांगल्या गुरूंच्या बरोबर काम करण्याचा अनुभव येणार नाही. दुसऱ्या गुरूंचे चांगले गुण अनुभवता व आचरता येणार नाहीत.

विद्यार्थ्याच्या नकळत त्याच्या कामावरून त्रयस्थ शिक्षकांनी परीक्षा घ्यावी व काही कमतरता असेल तर त्याच्या गुरूंशी चर्चा करून त्यात सुधारणा सुचवाव्यात. एकूणच आपली परीक्षापद्धती पाठांतराला उत्तेजन देणारी व ठरावीक वेळी ठरावीक वातावरणात पाठ केलेले म्हणून दाखवण्यास प्राधान्य देणारी आहे. यामध्ये बऱ्याच गोष्टी बदलू शकणाऱ्या असल्याने काही विद्यार्थ्यांवर अन्याय करू शकतात. सध्याच्या परिस्थितीत येनकेन प्रकारे परीक्षा पास होणे व नंतर टक्केटोणपे खात अनुभवाने शिकणे व स्वत: केलेल्या चुकांमुळे पेशंटला शारीरिक त्रास सहन करायला लावून आपला अनुभव वाढवणे व हळूहळू

चांगला सर्जन होणे एवढेच विद्यार्थ्यांच्या हाती असते.

परीक्षा प्रथम अटेम्प्टमध्ये पास झाला, तर त्या विद्यार्थ्याला आकाशात गेल्यासारखे वाटते व आपल्या हुशारीचा गर्वच वाटू लागतो. आयुष्यात पुन्हा म्हणून कधीही तो पुस्तकांकडे ढुंकूनही पाहत नाही. चार-पाच अटेम्प्टनंतर पास झाल्यास त्याचा आत्मविश्वास पार नाहीसा झालेला असतो व तो सर्जरी करण्यास फारसा लायक राहत नाही. मला एक विद्यार्थी २९ वेळा परीक्षेला बसून त्याचा वर्गमित्र परीक्षक झाल्यावर एम. एस. पास झालेला माहीत आहे. त्यानंतर त्याने हॉस्पिटल काढले पण ऑपरेशन करण्याचा त्याचा आत्मविश्वास पूर्ण नाहीसा झाला होता. त्याने थोड्याच दिवसांत हॉस्पिटल बंद केले.

खरंच, परीक्षा पास होणं व नापास होणं या गोष्टी एखाद्याचं आयुष्य पार बदलून टाकू शकतात. मी नेहमी विद्यार्थ्यांना सांगतो, की तुम्ही ३-४ वर्षे सर्जरी शिकला आहात. तुम्ही स्वतंत्रपणे ऑपरेशन्स करू शकाल इतका आत्मविश्वास या शिक्षणाने तुमच्यात आला आहे. शिवाय एम. बी. बी. एस. म्हणजे बॅचलर ऑफ मेडिसीन अँड सर्जरी अशी डिग्री तुमच्याजवळ असताना तुम्ही निराश न होता सरळ ऑपरेशन्स करायला सुरुवात करा. तुम्ही पेशंट बरे करता आहात हे बघितल्यावर कोणीही तुमची डिग्री विचारणार नाही. दुसऱ्या पॅथीचे (आयुर्वेद, होमिओपॅथी) व कोणतेही शिक्षण नसणारे बेकायदेशीर ऑपरेशन्स करत असताना तुम्ही का निराश होता? एम. एस. डिग्रीची फारच जरूर वाटत असेल, तर परीक्षेला बसत रहा. कधीतरी नक्की पास व्हाल. पण त्याच्यासाठी सर्जरी न करणे हा वेडेपणा आहे. माझे दोन विद्यार्थी दहा वर्षांनी एम. एस. झाले. पण तोपर्यंत ते प्रसिद्ध सर्जनही झाले होते. एकच हुशार विद्यार्थी मात्र जनरल प्रॅक्टिशनर झाला व त्यातही त्याने चांगले नाव मिळवले. सर्जरी सोडून त्याने परीक्षेवरचा राग आपल्या अंगभूत कलेवर काढला.

* * *

# कॉट नंबर १० - कॉलेज - बी. जे. मेडीकल

२९ नोव्हेंबर २००० हा माझा ६४ वा वाढदिवस. माझा बी. जे. मेडिकल कॉलेज व ससून हॉस्पिटलचा शेवटचा दिवस. १९५४ साली प्रथमवर्षाला प्रवेश घेतला. १९५९ साली एम. बी. बी. एस. झालो. त्यानंतर ५ वर्षे मुंबईला पोस्ट ग्रॅज्युएशनसाठी गेलो व पुन्हा १९६४ साली ऑनररी म्हणून पुण्याला या वास्तूत आलो ते सलग ३६ वर्षे येथे काम केले. म्हणजे एकूण ४१ वर्षे या वास्तूशी दररोज संबंध होता. प्रथम विद्यार्थी म्हणून व नंतर ऑननरी सर्जन म्हणून. इतकी वर्षे जवळजवळ रोज येथे येत होतो. असंख्य आठवणी दाटून येत होत्या. इथल्या प्रत्येक वास्तूशी, असंख्य व्यक्तींशी निकटचा संबंध आला. मन फार हळवे झाले होते. उद्यापासून इथे यायचे नाही. सकाळी घाईघाईने इथे यायचे, कधी मुलांना शिकवायचे, कधी पेशंट तपासायचे, कधी ओपीडीत नवे रुग्ण तपासायाचे, तर कधी शस्त्रक्रिया करायच्या. ओपीडीच्या दिवशी रात्रंदिवस इमर्जन्सी करायची. खूप काम केले. खूप समाधान मिळविले. खूप आदर मिळवला. या वास्तूचे ऋण मी कधीही फेडू शकणार नाही. या वास्तूने मला खूप काही दिले. आर्थिक दृष्ट्या फारच कमी. कारण आम्हाला पहिली दहा वर्षे १२५/- रुपये व नंतर २५०/- महिना ऑनरेरियम मिळायचा. पण काम करण्याचे समाधान मिळायचे. सर्व प्रकारच्या छोट्या-मोठ्या अवघड शस्त्रक्रिया करायला मिळाल्या. तरुण विद्यार्थ्यांच्या सहवासात सतत राहयला मिळाले. त्यांच्या सुखदु:खाशी जवळून संबंध आला. त्यांच्या तारुण्याने मला सतत तरुण रहाता आले. त्यांच्या जडणघडणीत भाग घेता आला. त्यांच्या सहवासात खूप आनंद व समाधान मिळाले. गरीब रुग्णांना निरपेक्षपणे खूप मदत करता आली.

त्यांचे आशीर्वाद मला जन्मभर पुरणार आहेत. नकळत पुण्याचा साठा खूप जमा झाला. बरे झाल्यावर त्यांच्या व त्यांच्या नातेवाइकांच्या चेहऱ्यावरचा आनंद शब्दांत मांडण्यापलीकडचे समाधान देऊन गेला. शस्त्रक्रिया हीतर माझी प्रथम आवड. निरनिराळ्या शस्त्रक्रिया करण्याची मला खूप आवड. त्या करताना मिळणारे समाधान अवर्णनीय होते. त्या करताना बाकी सर्व विसरून एकाग्रतेने रुग्णाला बरे करणे हा एकच ध्यास असायचा. शस्त्रक्रिया यशस्वी करताना विद्यार्थ्यांच्या, नर्सेसच्या व वॉर्डबॉयच्या कौतुकमिश्रित आदराच्या नजरा खूप समाधान द्यायच्या. मोठ्या शस्त्रक्रिया करतानाचे धाडस व नाजूक शस्त्रक्रिया करतानाचा हळुवारपणा बघणाऱ्यांना अवाक् करत असे. त्यामुळे वाढणारा आत्मविश्वास मनाला गुदगुल्या करायचा. विद्यार्थ्यांना शिकवताना त्यांच्या नजरेतील आदर व कौतुक फारच मोठे समाधान देत असे. विद्यार्थ्यांच्या परीक्षा घेताना त्यांना जास्तीत जास्त मदत करणारा परीक्षक म्हणून माझी ख्याती होती. त्यामुळे मी परीक्षक आहे म्हणून कळले, की विद्यार्थी सुटकेचा निश्वास टाकत. असंख्य विद्यार्थी अजूनही मला भेटून 'सर, तुमच्यामुळे मी पास झालो', म्हणून खाली वाकून नमस्कार करतात. आता मोठे तज्ज्ञ म्हणून काम करणारे विद्यार्थी बघितल्यावर आपण त्यांना किंचित मदत केली होती, हे ऐकल्यावर हृदय भरून येते.

कधीही कुणाशी भांडलो नाही. कुणाचा दु:स्वास केला नाही. आपण बरे की आपले काम बरे. मिळालेल्या संधीचा जास्तीतजास्त उपयोग गरीब रुग्णांच्या सेवेत घालवला, याचे समाधान वाटते. परमेश्वराने मला या वास्तूत काम करायची संधी देऊन मला खूपच उपकृत केले. फार थोड्यांना अशी संधी मिळते. पण कित्येकजण या संधीचा म्हणावा तसा वापर करीत नाहीत हे दुर्दैव!

या वास्तूबद्दल माझ्या मनात सदैव प्रेमच राहील. हे कॉलेज व हॉस्पिटल दिवसेंदिवस अजून मोठे होईल. त्यात सतत सुधारणा होतील. अत्याधुनिक सुविधा येथे येतील. असंख्य विद्यार्थी येथून डॉक्टर बनून बाहेर पडतील. असंख्य गरीब रुग्ण येथून बरे होऊन घरी जातील. बी. जे. मेडिकल कॉलेजची व ससून हॉस्पिटलची सतत भरभराट होओ व सर्व जगातील उत्तम कॉलेज व हॉस्पिटल म्हणून ओळख होओ हीच सदिच्छा!

इंटर सायन्सला भरपूर अभ्यास करून मी ५८% मार्क मिळवून पास झालो. १९५४ साली हायर सेकंड क्लास म्हणजे मेडिकलला सरळ ॲडमिशन मिळत असे. कोणताही क्लास न लावता मला इतके मार्क मिळाले. माझ्या काही मित्रांनी त्या वेळीही फिजिक्स, केमिस्ट्रीचे क्लास लावले होते. त्या वेळी दीक्षित

क्लास प्रसिद्ध होता. पण असे क्लास लावूनही त्यांना माझ्यापेक्षा कमी मार्क मिळाले. मला क्लास लावणे शक्यच नव्हते; कारण आमची आर्थिक परिस्थिती त्यावेळी चांगली नव्हती. वडील १९४८ साली सातारा जिल्ह्यातील वडूज गावाचे घर व हॉस्पिटल गांधीवधानंतर जाळल्यामुळे निष्कांचन अवस्थेत पुण्यात आले होते. आम्ही पाच भावंडं खाणारी व शिकणारी. त्यामुळे रात्रंदिवस कष्ट करूनही कसेबसे चालले होते. ते डॉक्टर असल्याने राहणी चांगली ठेवणे भाग होते. पण वरून सुखवस्तू दिसणारे आमचे कुटुंब आर्थिक दृष्ट्या कमकुवतच होते.

त्या वेळी मेडिकल कॉलेजमध्ये ॲडमिशन घेणे खूप सोपे होते. शंभर जागा असत. त्यांतल्या वीस जागा मुलींसाठी असत. कर्नाटकातीलही मुले तेव्हा पुण्यात येत. आफ्रिकेतील मुलांनाही पुण्यात प्रवेश मिळे. आमच्या बॅचमध्ये शेवटची ॲडमिशन ५४ टक्के मार्कांवर थांबली होती.

फक्त २५० रुपये टर्म फी भरून प्रवेश घेतला. ज्या मुलांना त्याहीपेक्षा कमी मार्क होते, त्यांच्यापैकी काही मुले उडिपीच्या किंवा अहमदाबादच्या कॉलेजमध्ये प्रवेश घेऊन फर्स्ट एम. बी. बी. एस. नंतर पुण्याला ट्रान्स्फर होत असत.

मला कॉलेजचा पहिला दिवस आठवतो आहे. त्या नव्या कोऱ्या भव्य वास्तूत प्रवेश करताना खूप आनंद व अभिमान वाटत होता. कॉलेज व हॉस्पिटलच्या इमारती समोरासमोर होत्या. दोन्ही बाजूंच्या प्रवेशद्वारांजवळ उंच गोल खांबांवर हत्तींची तोंडे आहेत. दोन्ही इमारतींच्यामध्ये एक सुंदर बगीचा आहे. त्यात एक सुंदर कारंजे आहे. कॉलेजच्या आत शिरल्यावर डाव्या बाजूला डीनचे ऑफिस असून त्याला लागूनच पॅसेजमधून ॲम्फी थिएटर आहे. या हॉललाच महात्मा गांधी हॉल म्हणतात.

बाहेर बहिरामजी जिजीभाय या संस्थापकाचा पुतळा आहे. त्यांचेच नाव कॉलेजला दिले आहे. या ॲम्फी थिएटरमध्येच आम्हा सर्व प्रथमवर्षाच्या विद्यार्थ्यांना त्यावेळचे डीन डॉ. बी. एम. देसाई यांनी पहिले स्वागताचे व उपदेशाचे व्याख्यान दिले. व्याख्यानाकडे कुणाचेच फारसे लक्ष नव्हते. आपण फार मोठी लढाई जिंकून या कॉलेजात प्रवेश मिळवला आहे, याचा आनंद प्रत्येकाच्या चेहऱ्यावर होता. आपण आता नक्की डॉक्टर होणार याची खात्री प्रत्येकाला वाटत होती. आपले कोणते मित्र येथे आले आहेत, कोणत्या मुली आपल्या वर्गात आहेत, इकडेच प्रत्येकजण बघत होता. मी फर्ग्युसनमधून इंटरसायन्स केले होते. त्या वेळी जास्तीत जास्त मुले फर्ग्युसनमधून मेडिकलला यायची. आमच्या वर्गात २० जण फर्ग्युसनचे तर फक्त ५ जण एस. पी. चे होते. नू. म. वि. चे आम्ही पाचजण होतो. अत्यंत

आनंदाचा दिवस होता. प्रिन्सिपॉल डॉ. देसाई यांचे भाषण संपते कधी व आपल्या मित्रांना आपण भेटतो कधी, असे झाले होते. भाषण संपले व आम्ही सगळे लोंढ्याने हॉलच्या बाहेर पडलो.

या महात्मा गांधी ऑडिटोरिअमच्या बऱ्याच आठवणी आहेत. हे ऑडिटोरिअम भव्य, त्यावेळच्या मानाने अद्ययावत व पूर्ण लाकडी आहे. त्याच्या भिंतीवरही पॉलिश्ड लाकडांचे आवरण आहे. बसण्यासाठी साधारण पाचशे विद्यार्थ्यांसाठी अत्यंत आरामशीर लाकडी बाके आहेत. स्टेजसमोर वाद्यवृंदासाठी किंवा ऑडिओव्हिज्युअल व्यवस्थेसाठी प्रशस्त बंदिस्त जागा आहे. स्टेजही भव्य आहे. मागे रूम्स आहेत व त्यांतून स्टेजवर येण्यासाठी स्वतंत्र दारे आहेत.

या हॉलने आजपर्यंत अनेक अविस्मरणीय प्रसंग पाहिलेले आहेत. माझ्या जास्ती आठवणी नाटकांच्या आहेत. अत्यंत सुंदर बसवलेली नाटके विद्यार्थ्यांनी पूर्णपणे पाडलेली पाहिली, त्याचप्रमाणे काही नाटके डोक्यावर घेतलेलीही पाहिली. तीन महिने खपून डॉ. श्रीराम लागूंनी बसवलेले 'उद्याचा संसार' आम्ही येथेच केले. सुरुवातीपासून शेवटपर्यंत विद्यार्थ्यांच्या प्रचंड गलक्यामुळे स्टेजवरील पात्रांनाही एकमेकांचे संवाद ऐकू येत नव्हते. स्टेजवर गुडघ्याइतका कागदी बाणांचा खच पडलेला होता. तरीही संपूर्ण नाटक चिकाटीने शेवटपर्यंत केले होते.

मी फायनल इयरला असताना आम्ही 'तुझे आहे तुजपाशी' हे पु. ल. देशपांडे यांचे विनोदी नाटक केले होते. दिग्दर्शक आमच्याच कॉलेजचा बाब्या देशपांडे होता. नाटक प्रेक्षकांना खूपच आवडले होते. पूर्ण नाटक अत्यंत शांततेने व सतत हसून दाद देत टाळ्या वाजवत पाहिले गेले. हे मला वाटते, पहिलेच कॉलेजचे नाटक, जे विद्यार्थ्यांनी शांततेने पाहिले. त्याआधी बहुतेक हुटआउट करण्याचीच प्रथा होती. शिक्षकांनी कितीही दटावले तरीही विद्यार्थी जुमानत नसत. मी ऑनररी झाल्यावर एकदा कल्चरल चेअरमन होतो. त्या वेळी एका एकांकिकेच्या वेळी मुलांनी दंगा सुरू केला. मी तसाच प्रेक्षकात शिरलो व एका विद्यार्थ्याला हाताला धरून स्टेजवर आणले व त्याला माईकसमोर एक वाक्य बोलायला सांगितले! दंगा करणे, हुल्लड माजवणे सोपे असते; पण स्टेजवर बोलणे खूपच अवघड असते हे विद्यार्थ्यांना ठणकावून सांगितले. त्यानंतर मात्र कार्यक्रम शांततेत पार पडला.

याच हॉलमध्ये इंदिरा गांधींचे भाषण झाले होते. त्या वेळी त्या ब्रॉडकास्टिंग मिनिस्टर होत्या. अत्यंत देखण्या, चपळ व आत्मविश्वासाने भरलेल्या इंदिरा गांधींचे आगमन होताच सर्व सभागृह एकदम शांत झाले. त्यांनी विद्यार्थ्यांना अत्यंत तडफेने व रागाने भाषणात दटावले. बेशिस्तीविषयी नापसंती दर्शवली व

आल्या तशाच ताड ताड निघून गेल्या! प्रेक्षकांनी सुटकेचा नि:श्वास सोडला.

याच हॉलमध्ये आमचा आर्टसर्कलचा एक भव्य कार्यक्रम झाला होता. जागतिक कीर्तीचे सतारवादक रविशंकर व तबलानवाज अल्लारखाँ यांची जुगलबंदी झाली. त्यावेळचे वातावरण अत्यंत प्रसन्न व जादूमय होते. सर्व हॉल गच्च भरला होता. मागे व बाजूलाही प्रेक्षक उभे होते. जुगलबंदी कानांत साठवण्यासाठी व सोहळा डोळ्यांत साठवण्यासाठी सर्व विद्यार्थी, शिक्षक आतुर होते. हा कार्यक्रम कधीही संपू नये असे वाटत असतानाच संपला. टाळ्यांचा गजर बराच वेळ चालला होता. हा अविस्मरणीय सोहळा त्या वेळी उपस्थित असलेला कोणीही कधीच विसरू शकणार नाही.

असेच एकदा गॅदरिंगला सुधीर फडक्यांचे गाणे ठेवले होते. कार्यक्रम रंगात आला होता. प्रेक्षकही चांगली दाद देत होते. सर्वत्र आनंदाचे वातावरण होते. अशात फडक्यांनी एक लावणी सुरू केली आणि एका टारगट विद्यार्थ्याने शिट्टी वाजवली. सुधीर फडक्यांनी त्याच क्षणी कार्यक्रम थांबवला व एकही अक्षर न बोलता ते निघून गेले! सर्व प्रेक्षागृह हळहळले. एकाच्या चुकीमुळे सर्वांचा विरस झाला.

एकदा आमच्या कॉलेजचे डीन व हॉस्टेलचे रेक्टर यांचीही जुगलबंदी ह्या हॉलमध्ये कॉलेजच्या सर्व विद्यार्थ्यांनी पाहिली. हे रेक्टर अत्यंत शिस्तीचे, कडक व विद्यार्थ्यांना सतत त्रास देत असत. त्यांना हॉस्टेलच्या समोरच राहण्यासाठी स्वतंत्र बंगला होता. त्यांनी विद्यार्थ्यांना सतत त्रास दिल्यामुळे विद्यार्थी रागावलेले होते. त्यांनी डीनकडे तक्रार केली. त्यामध्ये हे रेक्टरमहाशय हॉस्टेलच्या मेसचा गॅस, भाजीपाला, धान्य घरी नेतात. हॉस्टेलवर येणाऱ्या न्हाव्यालाही यांचे केस फुकट कापायला लावतात, अशा तक्रारी होत्या. डीननेही या तक्रारी खाजगीत सोडवण्याचा प्रयत्न न करता या हॉलमध्ये जनरल बॉडी मीटिंग बोलावली. त्यांच्यात व रेक्टरमध्ये काहीतरी खुन्नस असावी. रेक्टरमहाशयही धीटपणे स्टेजवर आले. डीनने त्यांच्याबद्दलच्या तक्रारींचा पाढा वाचला. विद्यार्थ्यांनीही त्याला दुजोरा दिला. शेवटी मतदान होऊन रेक्टरांचा राजीनामा मागितला. तरीही रेक्टरमहाशय चेहऱ्यावर कोणताही भाव न दाखवता या सर्व तक्रारी खोट्या असल्याचे सांगत ताठ मानेने निघून गेले. पुढे तेही डीन झाले!

ह्या हॉलमध्येच दरवर्षी स्टाफ डिबेट होते. त्यात काहीतरी आकर्षक पण वाह्यात विषयावर स्टाफमधील निवडक लोकांची भाषणे होतात. 'मुलींनी मेडिकलला यावे का?', 'साडीपेक्षा स्कर्ट बरा', 'प्रेमविवाह विरुद्ध ठरवलेला विवाह', 'परीक्षक मुलींना जास्त मार्क देतात का' असे विषय असत. प्रेक्षकविद्यार्थ्यांना ही मेजवानीच

असे. आमच्या कॉलजमधील काही प्राध्यापक अशा डिबेटमध्ये वायफळ, अश्लील व विनोदी बोलण्यासाठी प्रसिद्ध होते. त्यांच्या भाषणांना विद्यार्थी टाळ्या, शिट्या वाजवून प्रतिसाद देत. प्रत्येक विषयाच्या बाजूने व विरुद्ध बोलणाऱ्या टीम असत. तीन-चार तास कसे निघून जात, ते कळत नसे. आपले शिक्षक इतके वाह्यात कसे बोलू शकतात, याचा विद्यार्थ्यांना अचंबा वाटे. पण एकूणच हा सगळा सोहळा खेळीमेळीच्या वातावरणात दरवर्षी पार पडे, हे खरे!

याच हॉलमध्ये आमच्या १९५४ च्या बॅचचे २५ वर्षे झाल्यावर १९७९ साली गॅदरिंग झाले. आमच्या त्यावेळच्या सगळ्या शिक्षकांना बोलावून सत्कार केला. शिक्षकांची मनोगते हेलावून सोडणारी होती. विद्यार्थ्यांनीही कॉलेजच्या आठवणी सांगितल्या. सर्वांचा एक ग्रुप फोटोही काढला. संपूर्ण समारंभाची व्हीडीओ कॅसेटही काढली होती. बऱ्याच वर्षांनी आम्ही क्लासमेट्स एकमेकांना भेटलो. गळ्यात गळे घालून मनसोक्त गप्पा मारल्या. कॉलेजमध्ये असताना कधी मुलींशी न बोलणारे आम्ही विनासंकोच बोलत होतो. इतक्या वर्षांनी भीड चेपली होती. प्रत्येकजण आपापल्या प्रॅक्टिसमध्ये स्थिर झालेला होता. पहिली १०-१२ वर्षे प्रत्येकाचीच खूप त्रासाची गेली होती. जम बसायला एवढी वर्षे लागतातच. पण २५ वर्षांनी स्थिरस्थावर झाल्यावर आता एकमेकांना भेटायची, बोलायची, सुखदु:ख जाणून घ्यायची ओढ लागली होती. त्यामुळे या सोहोळ्याला खूपच महत्त्व होते. सगळ्यांना खूप आनंद झाला. शिक्षकांना भेटून त्यांना खाली वाकून नमस्कार करून त्यांचे आशीर्वाद घेऊन खूप समाधान वाटले. दर दोन वर्षांनी असेच भेटायचे असे ठरवून आम्ही एकमेकांचा निरोप घेतला. तेव्हापासून आम्ही वर्गमित्र दर दोन वर्षांनी जमतो. एकमेकांच्या सहवासात एक-दोन दिवस घालवतो. फेब्रुवारी २००४ मध्ये ५० वर्षे झाल्याचा एक मोठा सोहळा आम्ही साजरा केला. आता आम्ही सगळे निवृत्त आहोत. आजोबा-आजी झालेले आहोत, पण मनाने अजूनही तरुण आहोत. कॉलेजच्या आठवणी एकमेकांना सांगताना अजूनही हरवून जातो. काहीजण हे जग सोडून गेले आहेत. पुढच्या गॅदरिंगच्या वेळी कोण असणार व कोण नसणार, हे ठाऊक नाही! पण आम्ही निर्धार केला आहे, की असेच दर दोन वर्षांनी भेटायचे. एकत्र पाच वर्षे कॉलेजमध्ये काढल्यामुळे जी आपुलकी निर्माण झालेली आहे, ती आमच्या अंतापर्यंत राहणार आहे.

या गांधी ऑडिटोरियमला जब्बार पटेलांनी 'सिंहासन' सिनेमात अजरामर केले आहे. विधानसभेचे चित्रीकरण या सभागृहात झाले. विधानसभेसारखेच बाह्यस्वरूप असलेल्या या सभागृहाचे दर्शन या सिनेमात दिसते.

विद्यार्थी म्हणून याच सभागृहात गॅदरिंग, गणेशोत्सव, वक्तृत्वकला, थोर वक्त्यांची भाषणे मी अनुभवली. ऑनररी झाल्यावरही व्यासपीठावर वक्ता म्हणून, मुलांबरोबर नाटकातील पात्र म्हणून तसेच निरनिराळ्या सभांसाठी किंवा कॉन्फरन्ससाठी मी येथे हजेरी लावली आहे. ह्या सभागृहाचे स्थान कॉलेजच्या व नंतरच्या काळातही खूप महत्त्वाचे आहे, हे निश्चित.

कॉलेजमध्ये आत आल्यावर डावीकडे कॉलेज ऑफिस, त्याच्या पलीकडे एक लेक्चर हॉल होता. तिथे आम्हाला काही लेक्चर्स असत. आमचे एक मेडिसिनचे ऑनररी त्यांच्या विषयाची लेक्चर निरनिराळ्या प्राध्यापकांना बोलावून त्यांच्याकडूनच घेत असत. म्हणजे ज्या विषयावर लेक्चर असेल त्याची शरीररचना ॲनॉटॉमीचे प्राध्यापक एका भाषणात शिकवत. दुसऱ्या लेक्चरमध्ये फिजीऑलॉजी, नंतर पॅथॉलॉजी असे करत हे महाशय मागे बसून आमच्याबरोबर लेक्चर्स ऐकत. स्वतः अत्यंत हुशार, गोल्ड मेडलिस्ट असूनही शिकवायची हातोटी नसल्यामुळे हे महाशय दुसऱ्यांकडून आमचे शिक्षण करत.

ह्या लेक्चर हॉलच्या डाव्या बाजूला शेवट आमची लायब्ररी आहे. ही लायब्ररी अत्यंत आधुनिक व पुस्तकांनी खच्चून भरलेली आहे. विद्यार्थ्यांना, शिक्षकांना व पोस्टग्रॅज्युएट विद्यार्थ्यांना येथे वाचण्यासाठी भरपूर पुस्तके, मासिके आहेत. पण विद्यार्थ्यांची संख्या आता इतकी वाढली आहे, की ही जागा कमी पडू लागली. आमच्या कॉलेजच्या सुवर्णमहोत्सवाच्या वेळी जो निधी जमला त्यातून नवीन लायब्ररी बांधायचे ठरले. डीनचा बंगला जुना झाल्यामुळे व तिथे डीन कधीच राहत नसल्यामुळे खूप खटपट करून आम्ही या जागेवर लायब्ररीची इमारत बांधायचे ठरवले. सरकारी परवानगी मिळवण्यासाठी खूप प्रयत्न करावे लागले. डिमॉलिशनची परवानगी मिळवली. पण अचानक एक दिवशी सरकारने ही जागा इन्फोसिस कंपनीला मल्टी स्पेशालिटी हॉस्पिटल विंग करण्यासाठी दिल्याचे कळले. आमची स्वप्ने पार विरून गेली. हे सर्व चालले असतानाच माझ्या मनात एक कल्पना आली. लायब्ररीची बिल्डिंग होओ न होओ, या माझ्या कॉलेजच्या लायब्ररीला अद्ययावत करण्यासाठी कॉम्प्युटरची जरूर आहे, विद्यार्थ्यांना अद्ययावत ज्ञान मिळण्यासाठी इंटरनेटची जरूर आहे; ती मिळविण्यासाठी माझ्या रोटरीशी असलेल्या गेल्या तीस वर्षांच्या संबंधांचा फायदा का घेऊ नये? आमच्या रोटरीची मॅचिंग ग्रँट नावाची एक स्कीम आहे. त्यात दोन देशांतील दोन रोटरी क्लबनी एकत्र येऊन काही पैसे जमवले, तर चांगल्या लोकोपयोगी कामाला तितकेच पैसे रोटरी इंटरनॅशनलचा ट्रस्ट देते. मी बी. जे. मेडिकलमधल्या

**कॉलेज - बी. जे. मेडीकल । ७९**

माझ्या सहाध्यायींना कॉम्प्युटर विंगसाठी पैसे दुप्पट करून देता येतील, असे सांगितले. प्रथम यावर कोणाचाही विश्वास बसला नाही. पण खूप समजवल्यावर ते तयार झाले. मला लायब्ररी कमिटीचा मेंबर करून घेतले. माझा रोटरी क्लब ऑफ पुणे मिडटाउन व अमेरिकेतील माझाच क्लासमेट डॉ. विश्वास आपटेचा रोटरी क्लब यांनी मिळून हा प्रोजेक्ट करायचे ठरवले.

यामध्ये अमेरिकेतल्या क्लबने आमच्या कॉलेजच्या अमेरिकेतल्याच मित्रांनी जमा केलेल्या निधीतूनच पाच लाख रुपये दिले व माझ्या क्लबने आमच्या हिंदुस्तानातल्या विद्यार्थ्यांनी जमा केलेल्या निधीतून एक लाख रुपये दिले. रोटरी फाउंडेशनने तितकेच म्हणजे ६ लाख घालून १२ लाखांचा चेक कॉलेजला पाठवला. कॉलेजमधले माझे सहाध्यायी चकित झाले. बारा लाखांमध्ये आम्ही सहा कॉम्प्युटर, एक प्रिंटर, एक झेरॉक्स मशीन, एक प्रोजेक्टर इत्यादी बऱ्याच वस्तू खरेदी करून लायब्ररीत कॉम्प्युटर विंग सुरू केली. माझा भाव कॉलेजमध्ये खूपच वाढला. डीनसकट सगळे माझ्याकडे आदराने बघू लागले. मला मात्र मी माझ्या कॉलेजसाठी काहीतरी भरीव केल्याचे खूप समाधान वाटले.

कॉलेजच्या आवारात नवी लायब्ररीची इमारत बांधण्याचे स्वप्न धुळीला मिळाल्यावर आम्ही असे ठरवले, की त्या लायब्ररीचे पूर्ण नूतनीकरण करायचे. जमलेल्या पैशातून तेवढेच शक्य होते. मग आमच्या लायब्ररी कमिटीने आर्किटेक्ट-कडून प्लॅन काढून पूर्ण लायब्ररी अद्ययावत व नवी कोरी, हवेशीर व जास्त मुले बसू शकतील अशी केली. खूप त्रास झाला. अडचणी आल्या. पण शेवटी मनासारखी अद्ययावत सुखसोयी व सुविधांनी परिपूर्ण लायब्ररी ही आमच्यासाठी व कॉलेजसाठी एक अभिमानाची गोष्ट झाली, याचे समाधान अवर्णनीय आहे.

इतर कॉलेजेसच्या लायब्ररीप्रमाणेच आमच्या या लायब्ररीचा उपयोग मुले-मुली प्रेमप्रकरणासाठीही करत. खूप अभ्यास केल्यावर विद्यार्थ्यांना विरंगुळा हवाच. एकमेकांकडे तासन् तास बघत राहणे, खुणा करणे असा काही विद्यार्थ्यांचा चाळा सुरू असे. जवळजवळ बसून अभ्यास करण्यापेक्षा हळू आवाजात गप्पा मारणे चालू असे. यातून प्रेमप्रकरणे झाली. कित्येकांचे प्रेमविवाहही झाले. कित्येक विद्यार्थ्यांना लायब्ररीत पंख्याखाली निवांत झोपता येत होते. इतरांना त्रास न होता करण्यासारखे बरेच लायब्ररीत चाले.

लायब्ररी म्हटल्यावर मला आमच्या एका लायब्ररियनची खूप आठवण येते. त्याचे नाव पारखी. तो माझ्याबरोबर फर्ग्युसनला होता. आम्ही एकाच वेळी बास्केटबॉल खेळत असू. हा अत्यंत गरीब, सुस्वभावी, मृदुभाषी होता. माझा

मित्र कॉलेजमधील काही डुढ्ढाचार्यांच्या खुनशी स्वभावाचा बळी ठरला. त्याला या महाशयांनी खूप त्रास दिला. शेवटी त्याला लायब्ररीत यायलाही मनाई केली. बिचाऱ्याची ट्रॅजिडी अशी, की त्याची बायकोही त्याच वेळी कॅन्सरने गेली. मुले लहान होती. यालाच त्यांना सांभाळावे लागे. स्वयंपाक करून जेवायला घालावे लागे. लायब्ररीत येण्याच्या बंदीमुळे एक प्रकारे त्याचा फायदाच झाला. मुलांची काळजी तो चांगल्या प्रकारे घेऊ शकला. पैशांची मदत त्याला बऱ्याच जणांनी केली. कारण त्याचा पगार बंद झाला होता. त्याला एक चांगला वकील भेटला. त्याने त्याची केस लढवली व ८-१० वर्षांनी त्याला न्याय मिळून त्याच्या सर्व पगाराची रक्कम त्याला मिळाली. तोपर्यंत तो रिटायर झाला होता. या सर्वच अडचणीच्या काळातही तो कायम हसतमुख असे, हे आश्चर्य. परमेश्वर दुःख देतो पण त्याच वेळी मदतही करतो व माणूस कितीही गरीब असला, तरी त्याला उशिरा का होईना, न्याय मिळतो. परमेश्वर त्याला कोणाच्या तरी रूपाने मदत करतोच. आयुष्यातील हा त्रासाचा काळ थोडाच असतो पण त्यात न डगमगता ताठ उभे राहीले, तर शेवट गोडच होतो, हे निश्चित.

कॉलेजमध्ये आत शिरल्यावर उजवीकडे प्रथम लेडीज कॉमनरूम लागते. या कॉमनरूमविषयी विद्यार्थ्यांच्या मनात कायम कुतूहलच असे. आत मुली काय करत असतील याची कल्पना करण्यात व चर्चा करण्यात मुलांचा बराच वेळ जात असे! एखाद्या मुलीची वाट बघत काही रोमिओ पोर्चमध्ये या कॉमनरूमसमोर डोळ्यांत प्राण आणून वाट बघत असत. मुली सहसा कॅन्टीनमध्ये येत नसत. चहा इ. कॉमनरूममध्ये मागवत असत. त्याचाही मुलांना हेवा वाटे. आता मात्र स्थिती बदलली आहे. मुली मुलांबरोबर गप्पा मारताना कॅन्टीनमध्ये दिसतात. आमच्या वेळी वर्गातल्या मुलींशी बोलणेही शक्य नसे! काहीतरी कारण काढूनच एक-दोन शब्द बोलायची संधी घ्यावी लागे. एखादा मुलगा मुलीशी जास्त वेळ बोलताना दिसला, की लगेच कॉलेजभर त्याची चर्चा होई. त्या मुलाचा इतरांना खूप हेवा वाटे!

या लेडीज कॉमनरूममध्ये आमचा शिरकाव फायनल इयरला झाला. आमच्या डीनने नाटकाच्या प्रॅक्टिसला ही रूम आम्हाला दिली. आता शिरताना आम्हा मुलांच्या अंगावर रोमांच आले. अलिबाबाच्या गुहेत काय आहे हे पाहण्याची इतक्या वर्षांची इच्छा पुरी होणार म्हणून आनंद झाला होता. पण आत विशेष काहीच नव्हते. खुर्च्या, टेबल आणि एक मोठा आरसा होता. आरशासमोर प्रत्येकाने उभे राहून बघितले. आपल्या वर्गभगिनी याच आरशात बघून मेकअप करत असणार! याच खुर्च्यांवर बसत असणार. याच टॉयलेटचा उपयोग करत

असणार! आंबटशौकी मुलांनी ते सर्व केले!

याच्या उलट कोपऱ्यात असलेली आमची मुलांची कॉमनरूम खूपच मोठी, सताड उघडी व खूप खिडक्या असलेली, हवेशीर होती. या कॉमनरूम मध्ये टेबलटेनिसचे टेबल होते. त्यावर सतत कोणीतरी खेळत असे. पत्त्यांचा अड्डा कायम दोन-तीन टेबलांवर असे. आम्ही डबे येथेच खात असू. आमच्या कॉमनरूममध्ये आरसा मात्र नव्हता. आमची टॉयलेट समोर होती. कॉमनरूममध्ये कितीतरी वाद होत असत. मुले हमरीतुमरीवर येत असत. इलेक्शनच्या दिवसांत जास्तच गजबजाट असे. रात्री बऱ्याच वेळा नाटकाच्या तालमीही चालत. लेक्चर, प्रॅक्टिकल सोडून आम्ही मुले एकतर कॅन्टीनमध्ये, पण जास्ती करून कॉमनरूममध्ये असू. कॅन्टीनमध्ये जाण्यासाठी पैसे लागत– ते आमच्याकडे बहुधा नसत.

आमच्या कॉलेजचे कॅन्टीन हा आमच्या कॉलेजमधील आमच्या वास्तव्याचा फार महत्त्वाचा भाग होता. कित्येक वेळा आम्ही तासन् तास कॅन्टीनमध्ये बसत असू. भेटण्याचे नक्की ठिकाण म्हणून एकमेकांना कॅन्टीनमध्येच बोलावत असू. कॉलेजमधील आनंदाचा जास्तीत जास्त वेळ आमच्या कॅन्टीनमध्येच गेला हे नक्की. कॅन्टीनमध्ये खाण्यापिण्याची, तीही कमी खर्चात, सोय होत होती. पदार्थ इतके रुचकर असत, की आजूबाजूच्या ऑफिसेसमधली मंडळीही आमच्या कॅन्टीनमध्ये येत असत. हॉस्पिटलमधील पेशंट, त्यांचे नातेवाईक, नर्सेस, वॉर्डबॉइज असे सगळेच कॅन्टीनमध्ये दिसत.

पूर्वी आमच्या कॅन्टीनचा मॅनेजर एक काळाकभिन्न, जाडा चष्मेवाला मद्रासी होता. तो फक्त निवडक पदार्थ करत असे. आम्ही विद्यार्थी हॉस्पिटल ड्यूटीवरून ११च्या सुमारास कॉलेजमध्ये येत असू. १२ वाजता लेक्चर असे. यावेळेला भूक लागलेली असे. जाड्या मॅनेजर त्या वेळी साबुदाणे वडे व चहा तयार ठेवत असे. सगळी मुले त्यावर तुटून पडत. हा मॅनेजर सगळ्या मुलांशी दोस्तीने वागे. कुणालाही कधीही पैशासाठी अडवत नसे. बऱ्याच मुलांची कॅन्टीनमध्ये खाती असत. भरपूर खाऊन बिल खात्यावर मांडायला सांगायचे ही पद्धत. कुणी किती खाल्ले व त्याचे किती बिल झाले, हे तो जाड्या बरोबर लिहून ठेवी. फायनल इयरची कित्येक मुले परीक्षा झाल्यावर कॅन्टीनचे बिल देण्याचे सोयीस्करपणे विसरून गावाला निघून जात.

खाण्याचे बिल लगेच द्यायचे नाहीच, पण काही मुले या जाड्या मॅनेजरकडून सिनेमासाठी किंवा इतर खर्चासाठी उसने पैसे घेत व तेही वहीत लिहून ठेवायला सांगत! या पद्धतीने धंदा केल्याने लवकरच त्याचे दिवाळे वाजले व तो कॅन्टीन

सोडून निघून गेला.

मग आला शेट्टी! त्याचे कॉलेजसमोर हॉटेल होते. ते सोडून त्याने आमचे कॅन्टीन चालवायला घेतले. हा खरा जातिवंत उडिपी. त्याचे वडासांबार खायला पूर्वी आम्ही त्याच्या हॉटेलमध्ये जात असू. आता तो कॉलेजमध्ये आल्यामुळे आम्हा मुलांना खूप आनंद झाला. चविष्ट पदार्थांचा खजिनाच कॉलेजमध्ये आला. पण हा पहिल्यापासून कडक राहिला म्हणून इतके वर्ष टिकून आहे. शेट्टी वारल्यावर त्याची बायको हे कॅन्टीन चालवू लागली. ही ससूनमध्ये सिस्टर होती. आता शेट्टीचा फोटो कॅन्टीनमध्ये लावला आहे. राज्य शेट्टीचेच आहे, पण शेट्टी तिथे नाही.

या कॅन्टीनच्या असंख्य आठवणी आहेत. कॅन्टीनने आम्हाला चविष्ट खाऊपिऊ घातलेच, पण आनंदाचे अनेक क्षण दिले.

इलेक्शनच्या वेळी कॅन्टीन खूपच गजबजलेले असायचे. सर्व भिंती उमेदवारांच्या पोस्टर्सनी भरलेल्या असायच्या. उमेदवार प्रचारकांना खाऊपिऊ घालण्यात व स्ट्रॅटेजी ठरवण्यात दंग असायचे.

कॅन्टीनमध्ये बहुधा आमचे शिक्षक येत नसत. त्यांना ते कमीपणाचे वाटत असावे. पण मी ऑनररी झाल्यावर हळूहळू बरेच शिक्षक विद्यार्थ्यांबरोबर कॅन्टीनमध्ये येऊ लागले. माझे एक सिनिअर सहाध्यायी होते. त्यांना मधुमेह होता, पण खाण्याची खूपच आवड होती. आमची हॉस्पिटलची राउंड संपल्यावर आम्ही नियमितपणे कॅन्टीनमध्ये येत असू. आमचे पोस्टग्रॅज्युएट विद्यार्थी बरोबर असत. सर्वांना आग्रह करून भरपूर खायला घालण्याची व स्वत: खाण्याची त्यांची हौस असे. त्यांच्या पगाराची निम्मी रक्कम शेट्टीला मिळत असे!

एकदा मला गोड धक्का आमच्या कॉलेजच्या एका सुंदर मुलीने दिला. पोर्चमध्ये अचानक माझ्यासमोर येऊन मला ती म्हणाली की, 'मला तुमचे नाटकातले काम खूप आवडले. म्हणून मी तुम्हाला कॉफी देणार.' मी उडालोच. ज्या मुलीची माझी ओळखही नव्हती किंवा होण्याची शक्यताही नव्हती, अशा मुलीने याच कॅन्टीनमध्ये मला कॉफी पाजली. तो सबंध दिवस मी धुंदीतच घालवला. हीच प्रसिद्ध लेखिका मीना प्रभू!

नंतर असेच एकदा ऑनररी झाल्यावर मी 'दिनूच्या सासूबाई' नाटकात मुलांबरोबर डॉ. नाय ही भूमिका केली होती. तीही खूपजणांना आवडली होती. एके दिवशी माझे सीनिअर डॉ. एस. व्ही. भावे मला म्हणाले, की माझे काम त्यांना खूप आवडले होते. म्हणून त्यांना मला कॉफी पाजायची होती. याच कॅन्टीनमध्ये हा आमच्या कॉफीपानाचा सोहळा झाला. मी आकाशात तरंगत

होतो. कधीही कुणाशीही न बोलणारे डॉ. भावे स्वत:हून माझी स्तुती करून कॉफी पाजतील, असे मला कधीही वाटले नव्हते.

ऑनररी झाल्यावर मात्र प्रत्येक दिवशी मी माझ्या विद्यार्थ्यांबरोबर याच कॅन्टीनमध्ये कॉफीबरोबर अर्धा-पाऊण तास गप्पा मारत बसत असे. मुलांना खूप आनंद वाटे. त्यांच्यात मी मिसळतो, गप्पा मारतो, जोक्स सांगतो, ऐकतो याचे त्यांना खूप अप्रूप वाटे. या कॅन्टीनमुळे मी माझ्या तरुण विद्यार्थ्यांशी संवाद साधू शकलो व मनाने तरुण राहू शकलो.

आमचे शरीरशास्त्र (Anatomy) डिपार्टमेंट कॉलेजच्या तिसऱ्या मजल्यावर आहे. मुलांना लिफ्ट अलाउड नसल्यामुळे आम्ही प्रथमवर्षाची मुले दिवसातून दोन तीन वेळा हा गड चढून जात असू. त्या तरुण वयात आम्हाला त्याचे काहीही वाटत नसे. पण आता एकदाही तो गड चढायला नको वाटतो. एम. एस. चा एक्झॅमिनर झाल्यावर मला परीक्षा घेण्यासाठी या विभागात जावे लागे. लिफ्ट बंद असल्यावर पायऱ्या चढून जाणे जिवावर येई. प्रथमवर्षाच्या विद्यार्थ्यांना या विभागाविषयी खूप उत्सुकता असे. सगळे वातावरणच निराळे व अद्‌भुत. प्रथमवर्षाला अनॅटॉमी हा विषय दोन वर्षे शिकावा लागे. पहिल्यांदा आम्ही सगळे विद्यार्थी जेव्हा येथे आलो, तेव्हा एका रुबाबदार एप्रन घातलेल्या व्यक्तीने आम्हाला डिसेक्शन हॉलमध्ये स्वागताचे लेक्चर दिले. इथे शिस्त कशी महत्त्वाची आहे, शांतता पाळणे जरुरीचे आहे, प्रेतांवर डिसेक्शन करताना ग्लोव्ह्ज घालणे, डिसेक्शनचे पार्ट फॉर्मेलिनच्या टँकमध्ये ठेवणे, आपली हत्यारे नीट ठेवणे इत्यादी इत्यादी. आम्ही सगळे त्यांच्या गंभीर भाषणाने भारावून गेलो. त्यांना आम्ही सर म्हणून शंका विचारू लागलो. तेही आमच्या शंकांचे गंभीरपणे निरसन करत होते. आम्हाला वाटले, की हे सावंत त्या डिपार्टमेंटमध्ये प्रोफेसर असावे. पण ते साधे क्लार्क होते. त्यांचा रुबाब बघून आम्ही सगळे अवाक् झालो होतो. त्यांच्याबद्दल आदर निर्माण झाला होता. हळूहळू त्या आदराचे प्रेमात रूपांतर झाले. सावंतांनी आम्हाला खूप मदत केली. निरनिराळ्या लेक्चररच्या सवयी व आवडी सांगितल्या. परीक्षेच्या वेळी मदत केली व आम्हा विद्यार्थ्यांना आपलेसे करून घेतले. बोन सेट, नोट्स, हत्यारे सर्वकाही ते आम्हाला पुरवत असत. पुढे रिटायर झाल्यावर सावंत तळमजल्यावर ऑफिससमोर खुर्चीवर बसून नोट्स, बोनसेट विकत व पोस्टग्रॅज्युएट विद्यार्थ्यांचे थिसीस उत्तमपैकी टाइप करून देत असत. अनॅटॉमीत असतानाच त्यांनी एका फर्स्ट इयरच्या मुलीशी प्रेमविवाह केला. ती मुलगी डॉक्टर झाली. सावंतांचा संसार बहरला. सावंतांचा उद्योग आता त्यांचा मुलगा चालवतो.

अनॅटॉमी डिपार्टमेंटमधला बराचसा वेळ डिसेक्शन हॉलमध्ये जायचा. प्रत्येक टेबलावर एक डेड बॉडी ठेवलेली असायची. त्या बॉडीचे पार्ट दोन दोन विद्यार्थ्यांना वाटून देत. एका जोडीला हात, दुसरीला पाय, कुणाला डोके, कुणाला छाती, तर कुणाला पोट. हे पार्ट डिसेक्ट करून शरीराच्या अंतर्भागाची माहिती करून घ्यावी लागे. प्रत्येक पार्टची तोंडी परीक्षा देऊन पास व्हावे लागे तरच दुसरा पार्ट मिळे. ही मेडिकल कॉलेजमधली पहिली परीक्षा. यात बहुतेक सगळे नापास होत असत. कधीही आतापर्यंत नापास न झालेल्या हुशार विद्यार्थ्यांना हा पहिला झटका असे. नापास होण्याची मनाची तयारी नसे. मला आठवतंय, की पहिल्या पार्ट एक्झॅममध्ये नापास झाल्यावर खूप वाईट वाटले होते. रडू आले होते. आपण डॉक्टर व्हायला लायक नाही, असे वाटले होते. पुन्हा खूप अभ्यास करून पास झाल्यावर मग आत्मविश्वास वाढला. पण त्या नापास होण्याने हुशार विद्यार्थीही जमिनीवर येत. अपयश पचविण्यास शिकत. हे फार महत्त्वाचे होते. पुढील आयुष्यात खूप अपयश पचवायला याचा उपयोग झाला.

अनॅटॉमी शिकवायला आमचे प्रिन्सिपॉल देसाई होते. ते फार कडक म्हणून प्रसिद्ध होते. वर्गात पिनड्रॉप शांतता असे. सरांचा लांब एप्रन व कठोर मुद्रा याची सर्वांना आदरयुक्त भीती वाटत असे. त्यांचे ड्रॉइंग फार सुंदर होते. वर्गात फळ्यावर ते शिकवता शिकवता त्या अवयवाचे बारकाव्यांसकट सुंदर चित्र रेखाटत. त्यामुळे विषय छान समजत असे. अशा या प्रिन्सिपॉल देसाईच्या वर्गात मी एक धाडस केले. त्या दिवशी गोवामुक्तीच्या लढ्यात बळी पडलेल्यांची प्रेते पुण्यात आली होती. मी वर्गाच्या सुरुवातीलाच सरांना विनंती केली, की या मृतात्म्यांना श्रद्धांजली म्हणून आपण सर्वांनी दोन मिनिटे स्तब्ध उभे रहावे. सर्व वर्गाला आश्चर्याचा धक्का बसला. या माझ्या धाडसाचे सर कसे स्वागत करतील, याचा भरवसा नव्हता. पण सरांनी माझी विनंती मानली व सर्व वर्गाने श्रद्धांजली दिली. नंतर लगेचच काहीच झाले नाही असे शिकवायला सुरुवात केली.

या धाडसाचा मला परीक्षेत नापास होऊन मोबदला चुकवावा लागला!

डिसेक्शन हॉलमध्ये आम्ही मुले खूप मजा करत असू. हळूहळू मृत शरीरांची सवय झाल्यावर त्यांच्याशी खेळणे, मांसाचे तुकडे एकमेकांच्या अंगावर टाकणे, दुसऱ्याच्या पार्टचे भाग कापून नाहीसे करणे इत्यादी. त्या कृत्यांचे आता स्मरण झाले तरी खूप वाईट वाटते. पण त्या वयात ती सगळी गंमत वाटली खरी.

फर्स्ट एम. बी. बी. एस. ची परीक्षा दोन वर्षांनी असे. त्याला फक्त दोन विषय असत. अनॅटॉमी व फिजिऑलॉजी. या परीक्षेत मी फक्त अनॅटॉमी

प्रॅक्टिकलमध्ये नापास झालो. फिजिऑलॉजीत मी पहिला आलो. अनॅटॉमी थेअरीतही मी पहिला होतो. असे कसे झाले? काही कळत नव्हते! प्रिन्सिपॉलच परीक्षक होते. त्यांनी मी वर्गात केलेल्या धाडसाला शिक्षा केली असेल का? कित्येत दिवस मी रडत होतो. निकाल चुकीचा लागला असेल व मी पास झाल्याचे कळेल, असे वाटत होते. निराशेने मी पुरा ग्रासलो होतो, पण हळूहळू मी त्यातून बाहेर आलो व निश्चय केला की पुन्हा खूप अभ्यास करून सर्वात जास्त मार्क मिळवून पास व्हायचे. त्यावेळी म्हैसूरकर नावाचे एक अत्यंत हुशार प्राध्यापक अनॅटॉमी शिकवायला आले होते. त्यांना मास्टर ऑफ सर्जरीच करायची होती; पण त्या वेळी असणारे आमचे एक प्राध्यापक कोणालाही पास करत नसत. म्हणून म्हैसूरकरांनी सर्जरी सोडून अनॅटॉमी विषयात पोस्टग्रॅज्युएशन केले होते. त्यांचे इंग्रजी फारसे चांगले नव्हते पण शिकवण्याची हातोटी, सिन्सिअॅरिटी वाखाणण्यासारखी होती. त्यांनी अमेरिकेत जाऊन अनॅटॉमीत रिसर्च करून नाव कमावले होते.

मला वाटले म्हैसूरकर मला कसा अभ्यास करावा व जास्त मार्क मिळवावे, याविषयी सल्ला देतील. मी त्यांना भेटलो व त्यांनीही आपुलकीने सल्ला दिला. खूप अभ्यास करून मी अनॅटॉमीत विक्रमी मार्कांनी पास झालो, पण माझी एक टर्म गेलीच!

याच अनॅटॉमी डिपार्टमेंटमध्ये एम. एस. परीक्षेच्या आधी सहा महिने मी लेक्चरर म्हणून रुजू झालो होतो. त्या वेळी एम. एस. ला बसणाऱ्या विद्यार्थ्यांना इथे लेक्चररच्या पोस्ट सहज मिळत. पगारही चांगला होता व अभ्यास करायलाही खूप वेळ मिळे. शिवाय सर्जरीला अनॅटॉमीचा खूप उपयोग होत असे. माझ्याबरोबर १४ जण अशी पोस्ट करत होते. आम्ही सगळे अभ्यासाबरोबर खूप एन्जॉय करत होतो. आम्हाला एक हॉल दिला होता. दिवसातून एखादे लेक्चर दिले, की आम्ही या हॉलमध्ये अभ्यास करत किंवा गप्पा मारत बसत असू. ते दिवस खूपच मजेचे गेले.

नंतर ऑनररी झाल्यावर मी येथे निरनिराळी ऑपरेशन्स डेड बॉडीवर करण्यासाठी येत असे. त्याचा उपयोग प्रत्येक ऑपरेशनमध्ये होई. एम. एस. चा एक्झॅमिनर झाल्यावर याच डिपार्टमेंटच्या म्युझियममध्ये प्रॅक्टिकल परीक्षा घेण्यासाठी यावे लागे. आमचे अनॅटॉमीचे म्युझियम फारच प्रेक्षणीय आहे. शरीराचे निरनिराळे भाग डिसेक्ट करून व्यवस्थित ठेवलेले आहेत. त्यासाठी कित्येक प्राध्यापकांनी खूप कष्ट घेतलेले आहेत.

* * *

## कॉट नंबर ११ –
## धाडस

१९५७ साल. आम्ही त्या वेळी एम. बी. बी. एस.च्या तिसऱ्या वर्षाला होतो. त्या दिवशी आमच्या सर्जरीच्या प्राध्यापक असलेल्या एल. बी. जोशी सरांनी हार्टवर सर्जरी करायचे ठरवले होते. सगळ्या बी. जे. कॉलेज व ससून हॉस्पिटलमध्ये ही बातमी वाऱ्यासारखी पसरली होती. आम्हा विद्यार्थ्यांना फारच कुतूहल होते. विशेष म्हणजे त्या वेळी आम्ही एल. बीं.च्याच युनिटमध्ये सर्जरीची टर्म करत होतो. एल. बी. कराचीहून भारताच्या फाळणीनंतर पुण्यात प्रॅक्टिस करायला आलेले. FRCS सर्जन. बघितलं तर मूर्ती अगदी लहान-जेमतेम पाच फूट तीन-चार इंच, लुकडे, सावळे, जाड भिंगाचा चष्मा अन् दात खूप पुढे आलेले. केस लहान मुलासारखे पुढे विंचरलेले. अजिबात छाप पडणार नाही असे व्यक्तिमत्त्व. पण इतके धाडसी व स्वत:चा आब राखणारे. हुकमत गाजवणारे! त्यांच्या हाताखाली काम करणाऱ्यांना जरब वाटावी असे वागणारे! स्वत:बद्दल व स्वत:च्या कर्तृत्वाबद्दल कमालीचा आत्मविश्वास!

तर ससूनमध्ये आत्तापर्यंत कोणीही न केलेले धाडस सर आज करणार होते. हार्टची एक झडप आकुंचन पावलेली (Mitral Stenosis), ती बोटाने मोठी करायचे ऑपरेशन. रोगाचे निदानही त्या वेळी लक्षणांवरून. त्या वेळी साधा एक्सरे एवढेच शक्य होते. सी. टी., सोनोग्राफी नंतर आले. भूल देण्याची प्रक्रियाही बाल्यावस्थेत. तर हे ऑपरेशन करताना हार्टवर छेद घ्यायला लागणार व धडधडत्या हृदयावर छेद घेतल्यावर खूपच रक्तस्राव होणार. तो रक्तस्राव होत असताना आत बोट घालून झडप मोठी करायची म्हणजे दिव्यच!

आम्ही युनिटमध्ये असल्यामुळे आम्हाला थिएटरच्या गॅलरीतून ऑपरेशन

बघता येणार होते. सरांची छोटी मूर्ती थिएटरमध्ये अवतरली ती छोटी चड्डी व बनियन घालून. त्यावर मोठा रबराचा गाउन घालून. नंतर कापडाचा गाऊन, मास्क व ग्लोव्हज घालून सर तयार होऊन भूल देणाऱ्या डॉक्टरांच्या अनुमतीची वाट बघत उभे होते.

डॉ. उत्तुरकर त्या वेळचे मुख्य ॲनॅस्थेटिस्ट! त्यांचाही दरारा तितकाच. त्यांनी खुणेने सरांना ऑपरेशन सुरू करायला सांगितले. सरांनी धडधडत्या छातीवर व नंतर हृदयावर छेद घेतला व रक्ताची चिळकांडी थिएटरच्या छतापर्यंत उडाली. हृदयात बोट घातले पण बाजूने मोठ्या प्रमाणात रक्तस्राव होत होता. हाउसमन रक्ताच्या बाटल्या आणून दोन्ही हातांना व पायांना लावत होता! सरांनी त्याच स्थितीत बोटाने झडप मोठी केली व बोट बाहेर काढले! आता टाके मारायचे व हृदयाची जखम शिवायची बाकी होते! ओतूरकर शांतपणे ब्लडप्रेशरवर लक्ष ठेवून होते. पहिल्या चिळकांडीलाच ब्लडप्रेशर खूप कमी झाले होते. चारी बाजूने रक्तपुरवठा करूनही रक्तदाब वर येत नव्हता! सरांनी तशातच टाके मारले. हृदय शिवले व छातीच्या पोकळीत रबरी नळी ठेवून छाती बंद केली. पण काही केल्या रक्तदाब वर येईना. अतिरक्तस्रावाने पेशंट दगावला. ऑपरेशन यशस्वी! पण पेशंट मृत!

आत्ता विचार करताना असे जाणवते, की असे अचाट धाडस करणे योग्य होते का? कोणतेही मोठे ऑपरेशन प्रथम करणाऱ्यांना असे धाडस करावेच लागते. त्यात होणाऱ्या चुकांमधूनच ते सर्जन व त्यानंतर तीच ऑपरेशन करणारे दुसरे सर्जन शिकतात. चुका सुधारतात. परिस्थिती सुधारते. नवीन नवीन हत्यारे शोधली जातात. भुलीचे तंत्र सुधारते व ऑपरेशन्स यशस्वी होतात. आता हेच ऑपरेशन मांडीतील रक्तवाहिनीतून कॅथेटर टाकून फुग्याने झडप मोठी केली जाते! छेद नाही, रक्तस्राव नाही. काही जोखीम नाही!

असाच आणखी एक प्रसंग-

मुंबईच्या टाटा कॅन्सर हॉस्पिटलमध्ये १९५९ साली मी हाउसमन होतो. नुकतेच एमएस FRCS झालेले हुशार व उत्साही दोन तरुण सर्जन असिस्टंट सर्जन म्हणून नेमले गेले होते. डॉ. शिरीष भन्साळी व डॉ. प्रफुल्ल देसाई. त्यांच्या आगमनामुळे टाटामध्ये नवचैतन्य आले होते. आधीचे चार (पेमास्टर, जसावाला, मेहेर होमजी व बोर्जेस) वयस्क सर्जन त्यांच्या परीने टाटा हॉस्पिटल चालवत होते. पण नवीन काही करायचा उत्साह त्यांच्यात उरला नव्हता. या दोघांनी एका लिव्हर कॅन्सरच्या पेशंटवर ऑपरेशन करायचे ठरवले. तोपर्यंत लिव्हरवर कोणीही ऑपरेशन केले नव्हते. आम्ही सगळे हाउसमन, रजिस्ट्रार या

कल्पनेनेच रोमांचित झालो होतो. ही प्रथमच होणारी शस्त्रक्रिया आपल्याला प्रत्यक्ष बघायला मिळणार व आपला त्यात बारकासा सहभाग असणार, याचा आम्हाला अभिमान वाटत होता.

ऑपरेशनचा दिवस उजाडला. सकाळपासूनच उत्साहाचे व काळजीचे वातावरण तापू लागले. दोघा तरुण सर्जनांविषयी सर्वांनाच आदर व प्रेम वाटत होते. त्यांना त्यांच्या धाडसात यश मिळावे, अशी सगळेजण मनोमनी प्रार्थना करत होतो.

ऑपरेशन सुरू झाले. लिव्हरचा मोठा भाग कॅन्सरसकट काढून टाकायचा होता. रक्तस्राव खूप होणार, हे ठाऊकच होते. खूप रक्ताच्या बाटल्या राखून ठेवल्या होत्या. त्या दिवशी बाकीची सगळी ऑपरेशन्स कॅन्सल केली होती. वेळ जसजसा जाऊ लागला तशी सगळ्यांच्याच चेहऱ्यावर काळजी दिसू लागली. डॉ. भन्साळी अगदी सावकाश, काळजीपूर्वक ऑपरेशन करणारे म्हणून प्रसिद्ध होते. डॉ. देसाई धाडसी व भराभर निर्णय घेऊन खूप वेगाने ऑपरेशन करणारे म्हणून प्रसिद्ध होते. दोघेही जी. एस. मेडिकल कॉलेजचे हुशार विद्यार्थी. रक्ताच्या बाटल्या ब्लड बँकेतून भराभरा ऑपरेशन थिएटरमध्ये जात होत्या. सहा तास झाले. आठ तास झाले. दहा तास झाल्यावर ऑपरेशन संपल्याचे कळले. पण पेशंटची कंडिशन क्रिटिकल असल्याचे कळले. सगळ्या हॉस्पिटलमध्ये चिंतेचे वातावरण होते. रात्री दोन वाजता पेशंट दगावल्याचे कळले. कोणीही झोपले नव्हते व निराशेने सुन्न झाले होते.

लिव्हर सर्जरी आता बऱ्याच ठिकाणी होते. त्यात पेशंट दगावण्याचे प्रमाणही खूप कमी आहे. लिव्हर ट्रान्सप्लांटही आता यशस्वीपणे होऊ लागले आहे. पण त्या काळात हे फार मोठे धाडस होते.

अशी धाडसे करणारे सर्जनच सर्जरीची कक्षा वाढवू शकतात.

मी केलेली धाडसे ही जरी क्षुल्लक वाटली, तरी आता त्याचा विचार केला तर वाटते, की मी ती का केली? बहुतेक वेळा यश मिळाले ही परमेश्वराची कृपा. जिथे यश मिळाले नाही तिथेही फारसा त्रास झाला नाही. हे पण नशीबच.

मला नवीन गोष्टी करून बघण्याची ऊर्मीच असे. ती मला स्वस्थ बसू देत नसे.

प्रोस्टेटचे ऑपरेशन Milin's पद्धतीने करताना मी माझी पद्धत शोधून काढली. कोणतीही स्पेशल हत्यारे न वापरता (जी वापरल्याशिवाय ऑपरेशन करता येत नसे.) मी ही ऑपरेशन्स यशस्वीपणे करून त्यावर पेपर वाचला.

जांघेमध्ये कॅन्सरच्या गाठी मोठ्या प्रमाणात वाढल्या व त्या काढणे शक्य नसल्याने पेशंटला मरेपर्यंत त्याच्या असह्य वेदना व बऱ्याच वेळा असह्य घाण स्त्राव व वास सहन करावा लागतो.

मी अशा पेशन्टचा पाय गाठेसकट माकड हाडापासून कापून काढण्यास (Hemipelvectomy) सुरुवात केली. उर्वरित आयुष्य वेदनेशिवाय व घाणीशिवाय जाण्यामुळे तो पायाशिवाय आनंदात राहू शके. पोटातल्या पाण्यामुळे (Ascites) बऱ्याच पेशंटचे जगणे खूप त्रासदायक असू शकते. तडस लागल्यामुळे श्वासही घेता येत नाही. औषधाचा काही उपयोग होत नाही. अशा पेशंटचे मी (Ileoentrectorphy) लहान आतड्याचा छोटा भाग इतर आतड्यापासून सुटा करून उलटा (आतील भाग बाहेर) करत असे. त्यामुळे पोटातले पाणी त्या आतड्याच्या आतील ग्रंथी शोषून घेत व पाणी नाहीसे होऊन पेशंट त्रासाशिवाय जगू शके.

या ऑपरेशनच्या बऱ्याच केसेस मी केल्या; पण यावर निबंध लिहिण्यास आमच्या कॉलेजच्या Ethics Comittee ने परवानगी दिली नाही.

पायातील रक्तवाहिन्यांत अडथळे (Thrombo Angitis Obliterace) आल्यामुळे गँगरिन होऊन पाय तोडण्याशिवाय दुसरा उपाय नसे. रक्तवाहिन्यांची सर्जरी बाल्यावस्थेत होती. त्या वेळी माझ्या वाचनात जपानमध्ये करत असलेली Omentopexy ची सर्जरी आली. या ऑपरेशनमध्ये पोटातील Omentom खाली घोट्यापर्यंत आणून स्नायूंना शिवल्यामुळे स्नायूत नवीन रक्तपुरवठा होऊन पाय वाचू शके व वेदना नाहीशा होत. मी अशी बरीच ऑपरेशन्स ससूनमध्ये प्रथमच केली व कॉन्फरन्समध्ये पेपर वाचला.

आता रक्तवाहिन्यांवरील ऑपरेशन्समध्ये खूप सुधारणा झाल्यामुळे ही पद्धत मागे पडली.

सगळ्यात मोठे धाडस म्हणजे मी माझ्या छोट्या हॉस्पिटलमध्ये गुदद्वाराच्या कॅन्सरची केलेली Abdomino Perinial Resection ही शस्त्रक्रिया. ही फार मोठी शस्त्रक्रिया ससूनमध्ये मी बऱ्याच रुग्णांवर केली होती. पण माझ्या छोट्या हॉस्पिटलमध्ये करणे फार धाडसाचे होते!

मी नीरेला एका डॉक्टरांच्या छोट्याशा हॉस्पिटलमध्ये रात्री-अपरात्री सिझेरीन करून अडलेल्या बाळंतिणींना सोडवायला जात असे. तसेच टॉन्सिल्सच्या शस्त्रक्रिया करायलाही जात असे. माझ्याबरोबर ॲनॅस्थेसिस्ट असे, पण काहीही सुविधा नसलेल्या त्या हॉस्पिटलमध्ये ऑपरेशन्स करणे खूपच धाडसाचे होते.

एकदा चार टॉन्सिलची ऑपरेशन्स करायला सकाळी जायचे होते. ऐनवेळी माझ्या भूलतज्ज्ञाने येऊ शकत नाही असे सांगितले. मी लगेच शेजारच्या डॉ. सुलाख्यांच्या हॉस्पिटलमधून भूल देण्याचे साहित्य घेतले व स्वत: भूल देऊन चारही शस्त्रक्रिया, बॅटरीच्या प्रकाशात, suction शिवाय यशस्वीपणे केल्या.

आता त्याची आठवण होते तेव्हा अंगावर काटा येतो व आपण एवढे धाडस का केले असे वाटते!

* * *

# कॉट नंबर १२ -
# माझ्यावर झालेली ऑपरेशन्स

मी जेव्हा एम. एस. पास झालो व प्रॅक्टिसला सुरुवात केली तेव्हा गर्वाने म्हणत असे की, 'मी ऑपरेशन्स करणार; पण माझ्यावर कुणालाही ऑपरेशन करून देणार नाही.'

आणि एकदा मला नखुरडे झाले. त्यात पस झाला व सारखे ठसठसू लागले. कापून पस काढण्याशिवाय पर्यायच नव्हता. सारखे दुखत होते. मी समोरच हॉस्पिटल असणाऱ्या डॉ. बापटांना फोन करून गळू कापण्यास येण्याची विनंती केली. रात्रीचे १२ वाजले होते. ते येतो म्हणाले व झोपले. मी वाट पाहून पाहून कंटाळलो व दुखणेही सहन होईना. मग मी आमच्या नर्सबाईंना चाकू देण्यास सांगितले व गळू कापले. पस बाहेर येताच दुखणे थांबले.

एकदा मला मूतखड्याचा त्रास सुरू झाला. वेळीअवेळी असह्य वेदना होत (Renalcolic). अशा वेळी शिरेत बॅरलगन इंजेक्शन घेतले, की लगेच आराम पडे. कित्येक वेळा ऑपरेशन करत असताना वेदना सुरू होत. मग कसेतरी ऑपरेशन संपवून कोणातरी डॉक्टर मित्राला बोलावून इंजेक्शन घ्यावे लागे. शेवटी २-३ आठवड्यांनी दुखण्याला कंटाळून डॉ. बापटांना एन्डोस्कोपी करायला सांगितले. त्यांना काही खडा दिसला नाही; पण रस्ता मोकळा केल्याने दुखणे थांबेल असे वाटले. खडा इतका बारीक होता, की तो एक्स-रे वर दिसत नव्हता. IVP मध्ये थोडीशी शंका येत होती.

एन्डोस्कोपीनंतरही मला पुन्हा दुखण्याचे अ‍ॅटॅक्स येत राहिले. त्यामुळे मी नर्व्हस झालो. डॉ. मनोहर जोशींनी घरी बोलावले. त्यांनी धीर दिला व 'हत्यारामुळे सूज आली असेल व लवकरच दुखणे थांबेल' असे सांगितले. त्याप्रमाणे ते थांबले.

एके दिवशी सकाळी नेहमीप्रमाणे फिरायला निघालो तर शौचाला काळ्या गाठी पडल्या. नक्कीच रक्तस्राव झाला असणार, अशी शंका आली. डॉ. मनोहर जोशी सरांना फोन केला व मी त्यांच्याकडे गेलो. त्यांनी प्रोक्टोस्कोपी केली व मूळव्याध नाही असे सांगितले. तेवढ्यात पुन्हा काळी शौचाला झाली व मी बेशुद्ध पडलो. सरांनी सलाईन सुरू केले व गॅस्ट्रोस्कोपी करायला डॉ. लवाटेंना बोलावले. त्यात काही निघाले नाही म्हणून Barium Enema देऊन फोटो काढला. त्यातही काही निघाले नाही. मग त्या वेळी नुकतीच आलेली सोनोग्राफी केली. त्यात ४ इंच × ४ इंच अशी गाठ दिसली. म्हणजे ती छोट्या आतड्यात असणार. मी सोनोग्राफी करत असताना पोटाला हात लावून बघितले तर खूपच मोठी गाठ हाताला लागली. पेशंटचे पोट काळजीपूर्वक तपासणाऱ्याला स्वत:चे पोट तपासावे, असे कधीच कसे वाटले नव्हते?

सकाळी ९ पासून रात्री ९ पर्यंत १५ बाटल्या रक्त मला दिले. माझ्या विद्यार्थ्यांनी हे सर्व केले. रात्री नऊला ऑपरेशन झाले. भूल देणारे डॉ. बाळासाहेब देशपांडे मागून मला म्हणाले की माझी Cadaveric कंडिशन होती. ससूनचे सगळे रेसिडेंट्स, नर्सेस, वॉर्डबॉइज यांनी खूप मदत केली व माझ्या असंख्य पेशंटच्या दुव्यांमुळेच मी या आजारातून बरा झालो.

जवळजवळ ३ महिने रोज दुपारी माझे अंग गरम व्हायचे, थंडी वाजायची व घाम यायचा. काहीही निदान होत नव्हते. सगळ्या तपासण्या झाल्या. पुण्यातल्या जवळजवळ २० ॲलोपॅथी, आयुर्वेद, होमिओ स्पेशालिस्टना दाखवले, पण कुणालाच कारण कळले नाही. मी सहज म्हणून सोनोग्राफी करून घेतली. त्यात पित्ताशयात खूप छोटे छोटे खडे सापडले. मी लगेचच डॉ. जोत्स्ना कुलकर्णींकडून पित्ताशयाची पिशवी काढून टाकली. आश्चर्य म्हणजे माझे अंग गरम होणे लगेच थांबले. खड्यांमुळे पित्ताशयाच्या पिशवीला सूज आली होती व त्यामुळे ताप येत होता.

कोणालाही माझे ऑपरेशन करू देणार नाही, ही माझी दर्पोक्ती फजूल होती. माणसाला कधीही काहीतरी आजार होणारच व त्याला जरूर असेल तर ऑपरेशन करावेच लागणार.

स्वत:वर शस्त्रक्रिया झाल्यानंतर माझ्यामध्ये खूपच फरक पडला. एरवी मूतखड्याने वेदना होणाऱ्या पेशंटकडे फारसे लक्ष न देता पेनकिलर द्यायला सांगणारा मी, त्याच्या वेदना किती तीव्र असतात याची जाणीव झाल्यामुळे माझ्या रेसिडेंटना त्याला ताबडतोब शिरेतून वेदनानाशक द्यायला सांगू लागलो.

कोणतेही ऑपरेशन पूर्ण भूल दिल्याशिवाय करू नये, असे शिकवू लागलो. वेदना स्वत: घेतल्यावर होणारा त्रास अनुभवल्याशिवाय दुसऱ्याला औषधे सुचवताना खूप विचार केला जातो. शक्यतो औषध न घेता बाह्योपचार किंवा कमीत कमी औषधे देण्याकडे माझा कल झाला.

रक्तस्रावाच्या आजारानंतर माझे हिमोग्लोबीन ६ ग्रॅम झाले होते. पण मला आयर्नच्या गोळ्या सोसेनात. ॲसिडिटी होऊ लागली. मग मी सर्व औषधे बंद केली व काहीही विशेष पौष्टिक आहार न घेता तीन महिन्यांनी माझे हिमोग्लोबीन १६ ग्रॅम झाले.

यावरून एक सिद्ध झाले, की शरीराइतकी अद्‌भुत यंत्रणा नाही. शरीराची पडझड शरीर सतत दुरुस्त करत असते. त्याला औषधाची फारशी जरुरी नसते. आपण शरीरावर विश्वास ठेवून त्याला मदत करावी; म्हणजे निदान अत्याचार तरी करू नयेत. वेळच्या वेळी खाणे, भरपूर पाणी पिणे, योग्य ती विश्रांती घेणे व नियमित व्यायाम करणे ही चतु:सूत्री अवलंबली, तर शरीर सुदृढ राहून रोग दूर राहतील.

* * *

## कॉट नंबर १३ –
## नर्स

सर्जनच्या आयुष्यात नर्सचा खूप महत्त्वाचा वाटा असतो. नर्स म्हणजे वॉर्डची प्रमुख– लालपट्टीवाली सिस्टर. तिच्या हाताखाली काम करणाऱ्या अनुभवी निळ्या पट्टीवाल्या स्टाफ नर्सेस व त्यांच्या हाताखाली असणाऱ्या शिकाऊ नर्सेस.

वॉर्डमधल्या सिस्टर्स सतत लिखापढी करत असायच्या; पण त्यांचे चौफेर लक्ष असायचे. सगळ्या सिस्टर्स अत्यंत प्रेमळ व ज्युनिअर डॉक्टरांना संभाळून घेणाऱ्या होत्या. रात्री-अपरात्री इमर्जन्सीला काम करणाऱ्या हाउसमनला कॉफी व केक देणारी जे. जे. मधील सिस्टर मी कधीच विसरणार नाही.

सुरुवातीच्या काळात सगळ्या नर्सेस अँग्लो इंडियन असायच्या. अत्यंत इफिशियंट व शिस्तप्रिय. मला जे. जे. मधील ऑपरेशन थिएटरची सिस्टर आठवतीय. तिचा इतका दरारा होता, की रेसिडेंट्सबरोबरच ऑनररी सर्जनही तिला घाबरत.

सिस्टर्स खूप अनुभवी असत व त्या रिटायर व्हायच्या वेळेलाच सिस्टर होत. स्टाफ नर्सेस खऱ्या उत्साही व एफिशियंट. कोणतेही काम झटपट व आत्मविश्वासाने करणाऱ्या. मलातर काही  स्टाफ नर्सेस आमच्या हाउसमनला ऑपरेशन शिकवत व चुकत असेल तर सुधारत असलेल्या माहीत आहेत.

ऑपरेशन थिएटरमधला स्टाफ सर्वात एफिशियंट. कोणत्या सर्जनला कोणते हत्यार कधी लागेल, ते त्यांना पाठ असे. काही नर्सेस रेसिडेंट्सना ऑपरेशनमधील चुका चाणाक्षपणे दाखवून देत.

हॉस्पिटलमध्ये सर्जनचा पेशंटशी संबंध फार थोडा वेळ येतो. ऑपरेशन डे च्या आदल्या दिवशी राउंड घेताना पेशंटला सर्जन दिसतो, पण प्रत्यक्ष

ऑपरेशन दुसराही करण्याची शक्यता असते. ऑपरेशनवेळी भूल दिलेली असल्यामुळे सर्जन दिसतच नाही. नंतरही बहुधा हाउसमन व नर्सेसच त्याची काळजी घेतात. त्यामुळे त्यांनाच पेशंट ओळखतो. छोट्या हॉस्पिटलमध्ये तर नर्सच रात्रं-दिवस पेशंटची काळजी घेत असे.

माझ्या हॉस्पिटलमध्ये पहिली २५ वर्षे स्नेहलता घोडकेबाई मुख्य नर्स होत्या. त्यांचा स्वभाव इतका चांगला होता व त्या पेशंटची काळजी इतक्या आपुलकीने घ्यायच्या, की पेशंट व त्याचे नातेवाईक घोडकेबाईंचे अगदी जवळचे नातेवाईक होऊन जात. मला पेशंट ओळखत, पण घोडकेबाईंना ते जास्त ओळखत. त्यांचे घरी पण जाणेयेणे असे.

नर्सिंगमध्ये सगळ्यात जास्त जरुरीचा भाग म्हणजे आपुलकीने व प्रेमाने पेशंटची काळजी घेणे. गोड शब्द, सहानुभूती जेवढा धीर देतात, तेवढे बाकी काहीच देत नाही. माझ्या यशस्वी कारकिर्दीचे श्रेय मी घोडकेबाईंना देईन. कित्येक वेळा पेशंटला सलाईन लावणे, शेकायला पिशवी देणे या गोष्टी मी हॉस्पिटलमध्ये येण्यापूर्वी त्या करत असत. ऑपरेशनची तयारी करणे व ऑपरेशनला मदत करणे यांतही त्या निपुण होत्या. बरीच ऑपरेशन्स मी फक्त त्यांच्या मदतीनेच केली.

त्यांचे स्वत:चे अॅपेंडिक्सचे ऑपरेशन करण्यासाठी ट्रॉली त्यांनीच स्वत: लावली व त्या ऑपरेशन टेबलवर झोपल्याचे मला आठवते आहे.

त्यांच्यानंतर पुढील २५ वर्षे लता देशपांडेबाईंनीही मला अशीच मदत केली. माझ्या यशात मी नेहमीच माझ्या नर्सेसचा सहभाग कृतज्ञतापूर्वक स्वीकारलेला आहे.

याच्या उलट काही नर्सेसचा मला अगदी वाईट अनुभव आला. त्यांच्याशी अत्यंत चांगले वागून, त्यांच्या अडीअडचणीला मदत करूनही त्यांनी माझ्याविरुद्ध पोलिसात व कामगार कोर्टात तक्रारी करून मला खूप मनस्ताप दिला. मी माझ्याकडे काम करणाऱ्या नर्सेसना माझ्या कुटुंबापैकीच मानून-सुद्धा त्या माझ्याविरुद्ध एवढे वाईट का वागल्या, हे मला कधीच कळले नाही. शेवटी प्रत्येक माणूस स्वार्थीच असतो. सापाला दूध पाजले म्हणजे तो चावणारच नाही असे समजणे हा आपलाच मूर्खपणा, आणि साप कोण हे आपल्याला कधीच कळत नाही!

* * *

# कॉट नंबर १४ –
# मृत्यू

सर्जनच्या आयुष्यात मृत्यूशी फार जवळून संबंध येतो. प्रत्यक्ष ऑपरेशनच्या वेळी टेबलावर होणारा मृत्यू फार क्लेशदायक असतो. सर्जनच्या चुकीमुळे होणारे मृत्यू फारच मनस्ताप देतात. चूक बहुधा नकळत झालेली असते. काही वेळा मदतनिसाच्या चुकीमुळेही अपघात घडून पेशंट मृत्युमुखी पडतो. माझ्या हातून ऑपरेशनच्या वेळी मृत्यू पावलेले पेशंट मी कधीच विसरू शकणार नाही.

एका पेशंटच्या डोक्यावर कॅन्सरची गाठ होती. मी अगदी काळजीपूर्वक ती सुटी केली व शेवटच्या क्षणी ती कवटीच्या आतील रक्तवाहिनीला चिकटली असल्याचे कळले. तिथून सोडवताना ती रक्तवाहिनी फुटली व प्रचंड रक्तस्राव सुरू झाला व तो थांबवणे अशक्य झाले. पेशंट दगावला.

दुसऱ्या एका पेशंटवर (Portal Hypertension) साठी Mesocaval Anastomosis करत असताना VENACAVA फुटला व खूप प्रयत्न करूनही रक्तस्राव थांबवता आला नाही.

एका कावीळ झालेल्या पेशंटचा संपूर्ण CBD खराब (Fibrose) झालेला असल्याने काहीही करू शकलो नाही.

एका आमदाराचा गँगरिन झालेला पाय दोन वेळा थोडा थोडा Amputate करून बरा न झाल्याने माझ्याकडे आणले होते. Severe Diabetese असल्याने मी खूप वर म्हणजे माकडहाडापासून पाय काढण्याचे ठरवले. पण इन्फेक्शन इतक्या झपाट्याने वाढत होते, की ते कंट्रोल करणे अशक्य झाले व तो दगावला.

एका पेशंटला फुप्फुसात Hydatid Cyst होता. मी छाती उघडून ती

यशस्वीपणे काढला; पण भूल देणाऱ्याने त्याची दुसरी श्वासनलिका (Bronchus) block न केल्याने इन्फेक्शन दुसऱ्या बाजूस पसरून दोन्ही फुफ्फुसांना न्यूमोनिया होऊन तो दगावला.

अन्ननलिकेच्या कॅन्सरवर शस्त्रक्रिया केल्यानंतर पेशंट आय. सी. यु. मध्ये ठेवून त्याला काही काळ कृत्रिम श्वासोछ्वास देणे जरुरीचे असते. पण आमच्याकडे सर्जिकल आय. सी. यू. नसल्याने काही पेशंट दगावले.

एक अगदी जाड पेशंट गळू कापल्याचा धक्का सहन न होऊन मेलेला पाहिल्यापासून कोणतेही छोटेसे ऑपरेशनही धोकादायक असू शकते, याची खात्री पटली. छातीतील पाणी काढताना व साधी नाकातून पोटात नळी घालतानाही माझे पेशंट गेले.

भूलीतून बाहेर न आल्यामुळे किंवा भूल नीट न बसल्यामुळे वेदना सहन न होऊनही पेशंट गेलेले पाहण्यात आले.

आतड्याला आतडे शिवल्यानंतर रक्तप्रवाह कमी पडल्याने Anastomosis उसवून Uncontrollable Faecal Fistula होऊन माणसे मेल्याची बरीच उदाहरणे आहेत. पेशंट ऑपरेशनमध्ये किंवा नंतरही मृत्यू पावला, तर सर्वांना सर्जनचीच चूक वाटते; पण बहुतेक वेळा त्याच्या मृत्यूला कित्येक न कळलेली कारणे असू शकतात, हे जनतेने समजून घेतले पाहिजे.

माझ्या हॉस्पिटलमध्ये एका म्हाताऱ्या रुग्णाला घेऊन त्याचा मुलगा आला. पेशंटला अतिसाराचा त्रास होत होता व त्याचा रक्तदाब कमी झाला होता. नाडी लागत नव्हती. मी लगेच त्याला सलाईन सुरू केले. थोड्याच वेळात त्याचा रक्तदाब वर आला. मग मी सिस्टरना योग्य त्या सूचना देऊन घरी गेलो. थोड्याच वेळात मला सिस्टरचा फोन आला व पेशंटची तब्येत बिघडल्याचे कळले. लगेचच मी हॉस्पिटलमध्ये गेलो व पाहिले तर पेशंट मेलेला होता. त्याचा मुलगा थोड्या वेळाने आला व डेड बॉडी घेऊन गेला. एक महिन्याने तो मला भेटायला आला. मला म्हणाला की 'तो माझ्यावर केस करणार होता; पण त्याने विचार (?) केला, की केस केल्याने माझे काय बिघडणार? मी फार तर तुरुंगात जाईन! मी काही देशोधडीला लागणार नाही, मरणार नाही. म्हणून केस केली नाही.' मी त्याचे विचार ऐकून हैराण झालो. ज्याच्या कुटुंबातील ४-५ पेशंटना मी ऑपरेशन करून बरे केले होते. तो त्याचे वडील माझ्या प्रयत्नाला यश न आल्यामुळे गेले म्हणून माझे इतके वाईट होण्याचा विचार कसा करू शकतो?

त्या वेळीच मला साक्षात्कार झाला, की जोवर सगळे चांगले होते तोपर्यंतच डॉक्टर हा देव असतो. बिघडले की तो शत्रू होतो. या जगात कोणी कोणाचे नाही. सगळेजण स्वार्थी असतात. त्यांच्याकडून काहीही चांगली अपेक्षा करणे हा मूर्खपणा आहे. आत्तापर्यंत मी पेशंटना माझे सुहृद समजत असे. जीव तोडून मनापासून प्रयत्न करून त्यांना बरे करण्याचा प्रयत्न करत असे. पण हेच सुहृद (?) माझा सर्वनाश व्हावा अशी इच्छा धरतात, याचे मला फार वाईट वाटले.

* * *

 कॉट नंबर १५ -
देव आहे?

देव आहे का नाही? मला ठाऊक नाही. पण निरनिराळ्या माणसांच्या रूपाने कोणत्यातरी शक्ती आपल्या इच्छा पूर्ण करण्यास मदत करतात, हे मी अनेकवेळा अनुभवले आहे. ती माणसे तुमच्या आयुष्यात अचानक येतात. तुमच्याबद्दल त्यांना निरपेक्ष आत्मीयता वाटते व पुढे कधीतरी त्यांच्या निरपेक्ष मदतीमुळे तुमचे उद्दिष्ट गाठण्यास मदत होते. या व्यक्ती तुमच्या आयुष्यात का येतात, तुमच्या प्रेमात का पडतात व तुम्हाला जरूर असते त्या वेळी का मदत करतात, याला काहीही स्पष्टीकरण देता येत नाही. तुम्हाला त्यांची मदत झाल्यानंतर त्या पुन्हा तुमच्यापासून पुन्हा कधीही न भेटण्याइतक्या दूर जातात!

ज्या वेळी मी बी. जे. मेडिकल कॉलेजात शिकत होतो, त्या वेळी माझे नाटकातले काम पाहून माझ्या प्रेमात पडलेले माझे शिक्षक डॉ. फडणीस व डॉ. मुतालिक कधीही भेटले, की त्यांच्या चेहऱ्यावरून माझ्याविषयीचे प्रेम प्रकट व्हायचे. फायनल एम. बी. बी. एस. च्या परीक्षेत मेडिसिन या विषयात पहिला क्रमांक येण्यामध्ये माझ्या हुशारीइतकाच मुतालिक सरांच्या माझ्यावरील प्रेमाचा सहभाग असावा. एम. बी. बी. एस. पास झाल्यावर माझ्या मनात शाळेत असल्यापासूनच्या इच्छेप्रमाणे इंग्लंडला जाऊन एफ. आर. सी. एस. व्हायचे व पुण्यात सर्जन म्हणून प्रॅक्टिस करायचे होते. त्या वेळी डॉ. सुलाख्यांचा आदर्श माझ्यासमोर होता. त्यांचे सुटाबुटातले वावरणे व प्रतिष्ठित आयुष्य जगणे मला आकर्षित करत होते. पण त्याच वेळी आम्हाला शेवटच्या वर्षी सर्जरी शिकवायला आलेले डॉ. मनोहर जोशी यांचा सल्ला घ्यायची मला बुद्धी झाली! का कुणास ठाऊक, त्यांनी मला त्या वेळी म्हणजे १९५९ साली सांगितले, की 'पुण्यात

प्रॅक्टिस करायची असेल तर ससून हॉस्पिटलमध्ये ऑनररी सर्जन म्हणून अॅटचमेंट असणे अत्यंत गरजेचे आहे आणि त्यासाठी एम. एस. असणे आवश्यक आहे. एफ. आर. सी. एस. ला यापुढे जागा दिल्या जाणारच नाहीत; त्यामुळे प्रथम एम. एस. व्हावे.' या मोलाच्या सल्ल्यामुळे माझे सगळे आयुष्यच बदलून गेले. ससूनची पोस्ट मिळाली व खूप सर्जरी करायला मिळाल्या. माझ्या बऱ्याच मित्रांचा एफ. आर. सी. एस. होऊनही ससूनला अॅटॅचमेंट न मिळाल्याने खूप तोटा झाला.

शिवाय डॉ. एम. जे. जोशींनी असाही सल्ला दिला होता, की एम. एस. मुंबईत करावे. मुंबई विद्यापीठाच्या पदवीला जागतिक प्रतिष्ठा आहे. शिवाय मुंबईत निरनिराळ्या हॉस्पिटलमध्ये प्रख्यात सर्जनांबरोबर अनुभव घेता येईल. निरनिराळ्या प्रख्यात शिक्षकांकडून शिकता येईल. या सल्ल्याचा मला खूप फायदा झाला. मुंबईत जेजे हॉस्पिटल, जी. टी. टाटा हॉस्पिटल, गांधी मेमोरियल हॉस्पिटल अशा हॉस्पिटलमध्ये मला अनुभव घेता आला व एम. एस. पास होईपर्यंत माझा आत्मविश्वास वाढला.

गांधी मेमोरिअल हॉस्पिटल सुरू होण्याच्या वेळी माझी निवड रजिस्ट्रार म्हणून झाली व मी डॉ. ए. डी. मोदी यांच्याबरोबर काम करू लागलो. थोड्याच दिवसांनी डॉ. मोदी हॉस्पिटल सोडून गेले. का कोण जाणे, पण मला पुढे वर्षभर त्यांचे युनिट स्वतंत्रपणे चालवण्याची संधी मिळाली. पूर्ण युनिट जबाबदारीने चालवण्याच्या अनुभवाने माझा आत्मविश्वास खूपच वाढला. (थँक्स टू डॉ. मोदी)

एम. एस. पास झाल्यावर ससूनला पोस्ट मिळण्यासाठी मी पास होण्याआधीच वेटिंग लिस्टसाठी दिलेल्या इंटरव्ह्यूचा उपयोग झाला. ससूनची जाहिरात पाहून मी मुंबईहूनच अर्ज केला होता. परीक्षेला ४ महिने अवकाश होता. इंटरव्ह्यूला पुण्याला गेलो तर समोर माझ्यावर मनापासून प्रेम करणारे डॉ. मुतालिक व डॉ. सौ. मेहता होते. मी स्पष्ट सांगितले होते, की मी अजून एम. एस. पास झालो नाही; तरीही केवळ मुतालिकांच्या आग्रहावरून माझे नाव वेटिंग लिस्टमध्ये ठेवले गेले आणि एम. एस. पास होताच लगेच मला लीव्ह व्हेकन्सीच्या पोस्टवर टेंपररी असिस्टंट सर्जन म्हणून नेमणूकपत्र मिळाले! अशा लीव्ह व्हेकन्सीची पोस्ट दोन वर्षे केल्यामुळे पर्मनंट पोस्ट मला हक्काने मिळायला पाहिजे होती; पण ते सरळपणे होईलच, अशी खात्री वाटत नव्हती.

अशा वेळी स्वस्थ बसणारे आमचे दादा डॉ. शं. रं. अंबिके नव्हते. त्या वेळी आमच्याकडे एक ज्ञानेश्वरमाऊलींचे भक्त अयाचितमहाराज नियमित येत

असत. त्यांना कधीही आळंदीला जायची हुक्की येत असे. दादा त्यांना गाडीतून आळंदीला नेऊन आणत. कित्येकदा ते आमच्या घरी जेवायलाही असत. त्यांचे सगळे लाड दादा पुरवत. त्यांना आर्थिक मदतही करत. औषधोपचार मोफत करत. आमची गाडी त्यांच्या तैनातीला सदैव पेट्रोल, ड्रायव्हरसकट असे. या अयाचितमहाराजांचे फलटणच्या उपळेकरमहाराजांकडे नियमित येणे-जाणे असे. ती. दादांनी अशी माहिती काढली, की त्या वेळचे आरोग्यखात्याचे सचिव आय. सी. एस. चिन्मुळगुंद फलटणच्या उपळेकरमहाराजांचे शिष्य आहेत. त्यांना खूप मानतात.

मग आम्ही अयाचितमहाराजांबरोबर फलटणला उपळेकरमहाराजांकडे गेलो. ते महाराज उन्मनावस्थेत होते. त्यांच्या अगम्य हातवाऱ्यांचा अन्वयार्थ त्यांचे शिष्य सांगत होते. महाराजांनी अंतर्ज्ञानाने आमची मनोकामना जाणली व ती पूर्ण होईल, असा आशीर्वाद दिला. आशीर्वादाचा नारळही दिला.

मी व दादा चिन्मुळगुंदांना तो फलटणच्या उपळेकरमहाराजांनी दिलेला प्रसाद देण्यासाठी पुणे ते खडकी डेक्कनक्वीनचे फर्स्टक्लासचे तिकीट काढून त्यांच्या कूपेत गेलो. नमस्कार करून तो नारळ महाराजांचा प्रसाद म्हणून दिला व खडकीला उतरून परत आलो.

थोड्याच दिवसांत माझ्या नावाची ससूनची अपॉइंटमेंट ऑर्डर आली.

अयाचित माझ्या आयुष्यात का आले? माझी इच्छा पूर्ण करण्यास का कारणीभूत झाले?

एकदा नेपाळच्या ट्रिपमध्ये आमच्या ग्रुपबरोबर मनोहर जोशी हे सहकुटुंब होते. त्या वेळी ते शिवसेनेचे पुढारी होते. त्यांचा मुलगा उन्मेश त्या वेळी १६-१७ वर्षांचा होता. तो आजारी पडला. सगळ्या ग्रुपमध्ये मी एकटाच डॉक्टर. मला जोशींनी मुलाला तपासून औषध द्यायची विनंती केली. मी केलेल्या उपचाराने उन्मेश सकाळपर्यंत खडखडीत बरा झाला. जोशी सर माझ्या प्रेमातच पडले. त्यांनी पुढच्या वर्षी युरोप-अमेरिकेची ट्रिप ठरवली होती. त्यात त्यांनी आम्हा पतीपत्नींना आग्रहाने बरोबर नेले. एक महिना आम्ही गळ्यात गळे घालून फिरलो.

पुढे मी ससूनमधून रिटायर व्हायच्या वेळी मुख्यमंत्री झालेल्या सरांना भेटून तीन वेळा मला एक्स्टेन्शन मिळाले. मनोहर जोशी मला का भेटले? मला एक्स्टेन्शन मिळवून देण्यासाठी?

माजी खासदार आण्णा जोशी एकदा माझ्या हॉस्पिटलमध्ये त्यांच्या

कार्यकर्त्याला भेटायला आले होते. त्यांना सहज म्हणालो, की मला अजून एक वर्ष ससूनमध्ये काम करण्याची इच्छा आहे व कोणीतरी खोडसाळपणे माझ्या मागील ऑर्डरवर यांना यापुढे कोणत्याही परिस्थितीत एक्स्टेन्शन देऊ नये, असे लिहून आणले होते. अण्णा म्हणाले, 'मी नक्की हे काम करीन.' असेच एक वर्ष झाले. मी ससूनला जात नव्हतो. एक वर्षानंतर अण्णांनी आरोग्यमंत्र्यांच्या ऑफिसात बसून माझी Retrospective ऑर्डर काढली. आण्णा मला का भेटले? नंतर यांपैकी कोणीही व्यक्ती भेटल्याही नाहीत. केवळ माझी इच्छा पूर्ण करण्यासाठीच त्या माझ्या आयुष्यात आल्या होत्या.

डॉ. एस. व्ही. भाव्यांचे आणि माझे खरोखरच ऋणानुबंध असावेत! मला पहिली एक वर्षाची लीव्ह व्हेकन्सीतली पोस्ट ससूनला मिळाली, ती भावे एक वर्ष रजेवर गेले म्हणून. नंतर जेव्हा त्यांनी असिस्टंट म्हणून माझी निवड केली, त्या वेळी त्यांची-माझी फारशी ओळखही नव्हती. पण त्यांच्या युनिटमध्ये गेल्यापासून त्यांनी माझ्यावर पूर्ण विश्वास टाकला व नंतर दहा वर्षे मी त्यांचे युनिट पूर्णपणे चालवले. त्यांच्या इतर व्यापांमुळे ते क्वचितच येत. त्यांची दोन्ही मुले माझ्या हाताखालीच एम. एस. झाली. त्यांनी कधीही माझ्या कामात लक्ष घातले नाही. त्यामुळेच मी मनसोक्त सर्जरी करू शकलो. नवनवीन ऑपरेशन्स करून पाहू शकलो. नियतीने असा बॉस मला दिल्यामुळेच हे शक्य झाले.

* * *

## कॉट नंबर १६ - आत्मा?

माणसाच्या मृत्यूनंतर त्याचा आत्मा शरीर सोडतो व काही काळ त्या शरीराभोवती वावरतो, असे आपल्या धर्मग्रंथांत लिहिलेले आहे. अजून कोणीही आत्म्याचे अस्तित्व सिद्ध केलेले नाही. त्यामुळे माझ्याही वैज्ञानिक बुद्धीला ते थोतांड वाटत असे. पण माझ्या आईच्या मृत्यूनंतर अशी घटना घडली, की मला आत्म्याच्या अस्तित्वाची प्रचिती आली.

जेव्हा माझ्या आईचा मृत्यू झाला, तेव्हा मी स्वत: डॉक्टर व माझा मुलगा मंदार हाही डॉक्टर असे दोघेही तिच्याजवळ होतो. आम्ही दोघांनीही तिला काळजीपूर्वक तपासले. श्वास बंद झाला होता. हृदयाचे ठोके बंद झाले होते. शरीर थंड पडत चालले होते व अचेतन झाले होते. आम्ही दोघांनी तिचा मृत्यू झाल्याचे जाहीर केले. आम्ही सगळी तिची मुले, सुना व नातवंडे तिच्याजवळ शोक करत बसलो होतो. थोड्याच वेळाने माझा पुतण्या अंशुमन आला व तिच्याजवळ बसून तिच्या अंगावरून प्रेमाने हात फिरवून तिला 'माई माई, मी आलो आहे. डोळे उघड. माझ्याकडे बघ', अशी हृदयद्रावक विनवणी करू लागला. पाच-सात मिनिटे त्याची विनवणी चालू होती आणि काय आश्चर्य! माझी आई (माई) एक क्षण उठून बसली व म्हणाली, 'भांडू नका' आणि पुन्हा निश्चेष्ट पडली. तिच्या शरीराभोवती घुटमळणाऱ्या आत्म्याने तिच्या शरीरात क्षणभर पुन्हा प्रवेश केला होता.

दुसऱ्या कोणी हे सांगितले असते, तर मी त्याच्यावर कधीही विश्वास ठेवला नसता. पण मी प्रत्यक्ष पाहिले. मीच नव्हे तर माझ्या सर्व भावांनी, भावजयांनी, पत्नीने, मुलाने व तिच्या नातवंडांनी हे प्रत्यक्ष पाहिले होते.

त्यामुळे माझा आत्म्याच्या अस्तित्वावर व मृत्यूनंतर त्याच्या शरीराजवळच्या वावरावर पूर्ण विश्वास बसला.

आपल्या पूर्वजांनी कित्येक गोष्टी लिहून ठेवल्या आहेत; पण आपण त्यावर विश्वास ठेवत नाही, पण स्वत: अनुभवल्यावर विश्वास ठेवण्याशिवाय पर्याय नाही.

विज्ञान कित्येक गोष्टी सिद्ध करत आहे. अजून कितीतरी गोष्टी सिद्ध व्हायच्या आहेत. त्या सिद्ध झाल्यावर आपल्या पूर्वजांविषयीचा आदर द्विगुणित होईल हे निश्चित!

\* \* \*

 कॉट नंबर १७ –
मन

माणसाचे मन हे अगम्य आहे. मनामुळे माणूस विचार करतो. परमेश्वराने माणसाला विचार करण्याची शक्ती दिली आहे. त्यामुळेच तो मोठमोठे शोध लावत आहे व उंच उंच भराऱ्या मारत आहे. मनाचे जसे हे फायदे आहेत, तसेच तोटेही आहेत. माणसे क्षुल्लक गोष्टींचाही खूप विचार करतात व त्याचा त्यांच्या शरीरावर वाईट परिणाम होतो (Psychosomatic). मी कित्येक रोगी पाहिले आहेत, ज्यांना शारीरिक व्याधी असतात; पण निरनिराळ्या तपासण्यांत काहीही आजार सापडत नाहीत. पुन्हा पुन्हा तपासण्या व बदललेले डॉक्टर. शरीरात आजार सापडत नाही व शारीरिक आजार समजून केलेल्या उपचारांना शरीर दाद देत नाही. रोग्याला बरे वाटत नाही, कारण तो आजार, त्या व्याधी मनाच्या आजारातून उद्भवलेल्या असतात.

अनुभवातून माझ्या असे लक्षात आले आहे, की पेशंटच्या शारीरिक तपासणीआधी त्याचा इतिहास जाणून घेतला पाहिजे. त्याच्याशी तळमळीने बोलून त्याच्याशी जवळीक साधली तर त्याच्या मानसिक तणावाचे कारण सापडू शकते. पेशंटचा विश्वास कमावणे ही फार अवघड गोष्ट असते. त्यासाठी तुम्हाला त्याच्याशी तळमळीने बोलता आले पाहिजे. त्याच्याविषयी वाटणारी कळकळ व तो बरा व्हावा यासाठी तुम्ही मनापासून प्रयत्नशील आहात याची जाणीव त्याला करून देता आली पाहिजे. एकदा का पेशंटचा विश्वास तुम्ही कमावलात, की तो तुमच्याशी मनमोकळेपणे बोलू लागतो व मग त्याच्या मनाची तडफड, त्याला जाचत असलेल्या गोष्टी तुम्हाला कळतात. ते एकदा समजले, की मग त्यावर काय तोडगा काढता येईल, याचा दोघांनी मिळून विचार करता येतो. काही गोष्टींवर तोडगा काढता येतो; पण काही गोष्टी आहेत तशाच सहन करायची मनाची तयारी करावी लागते. बऱ्याच वेळा सोप्या

सोप्या गोष्टींनी मनःशांती मिळवता येते.

१.    शक्यतो एकटे न राहणे.

२.    चारचौघांत सतत वावरणे.

३.    कशाततरी मन गुंतवणे.

४.    आपल्या त्रासाविषयी कोणाशीही न बोलणे.

५.    एकटे असताना जप करणे. जप करतानाही विचार आले तर ते झटकणे.

६.    रोज मनोभावे पूजा करणे.

७.    रोज काहीतरी धार्मिक, समजेल असे वाचणे किंवा ऐकणे व त्यावर चर्चा करणे.

या गोष्टींनी मन शांत होण्याला मदत होते. मन शांत झाले, की शारीरिक आजाराची तीव्रता कमी होते.

खरोखरच, शारीरिक आजारामध्येही मानसिक तणावाचा भाग ४० टक्क्यांपर्यंत असतो. त्यामुळे शारीरिक आजाराच्या इलाजाबरोबरच मानसिक शांततेसाठी केलेल्या प्रयत्नामुळे आजाराची तीव्रता कमी होते.

मानसिक तणावांची लक्षणे -

१.    डोक्यात मुंग्या येणे.

२.    असह्य डोके दुखणे.

३.    झोप न लागणे किंवा सतत झोप येणे.

४.    झोपेत दचकून जाग येणे.

५.    प्रचंड अशक्तपणा वाटणे.

६.    हातापायाचा गळाठा होणे.

७.    भूक न लागणे.

८.    सतत ढेकर किंवा उचकी येणे.

९.    कानात आवाज येणे.

१०.  सतत भीती वाटणे, घाम येणे, छातीत धडधडणे.

ही लक्षणे मानसिक ताणाची असतात व त्यासाठी मानसोपचार घेणे जरुरीचे असते. मानसोपचार तज्ज्ञांनीही पुरेसा वेळ देऊन पेशंटशी संवाद साधला, तरच इलाजाला दाद दिली जाते. मला अनुभवाने मानसिक आजाराची लक्षणे लगेच कळतात व उगीचच महागड्या तपासण्या न करता पेशंटशी संवाद साधून मी त्यांचा विश्वास संपादन करू शकतो. शारीरिक आजाराबरोबर मानसिक आजारावर इलाज केल्यामुळे माझे पेशंट लवकर बरे होतात.

* * *

## कॉट नंबर १८ –
## माझे मत – 'स्त्रीभ्रूणहत्या'

जोपर्यंत स्त्री ही जोखीम न वाटता ती हवीहवीशी वाटत नाही तो पर्यंत स्त्रीभ्रूण हत्या होतच राहाणार; मग कितीही कायदे केले किंवा गर्भलिंग निदान करणाऱ्या व गर्भपात करणाऱ्या डॉक्टरांना कडक शिक्षा केल्या, तरीही हे होतच रहाणार. श्रीमंत लोक दूरदेशात जाऊन गर्भलिंग निदान व गर्भपात करून घेतील व गरीब लोक मुलीचा जन्म झाल्याबरोबर तिची हत्या करतील.

पालकांना मुलगी आपल्यापोटी जन्मू नये असे का वाटते, याचे कारण म्हणजे ती जन्मल्यापासून मरेपर्यंत जोखीमच वाटते. तिच्यावर कोणत्याही वयात बलात्कार होतो. तिच्या लग्नासाठी खूप मानहानी व पैसा खर्च करावा लागतो.

लग्न झाल्यावरही हुंडाबळी जाण्याची सतत भीती असते. ती जिवंत आहे तोपर्यंत तिचा सर्व खर्च– काही जातीत दर वर्षी तिला व तिच्या मुलांना कपडे पाठवावे लागतात– विशेषत: आजारपण व बाळंतपणाचा खर्च पित्यालाच करावा लागतो. तिच्यासाठी लग्नाआधी केलेला खर्च– विशेषत: शिक्षणासाठी– वायाच जातो. कारण ती नवऱ्याकडेच जाणार असते. अशा परिस्थितीत पालकांना मुलीचा जन्म हा खूपच त्रासदायक वाटणे साहजिकच आहे. मुलगी हवीहवीशी वाटण्यासाठी या सर्व गोष्टी नाहीशा होऊन तिच्यामुळे सर्वांचा फायदा झाला पाहिजे.

बलात्कार टाळण्यासाठी लहानपणी आई देखरेख करू शकते; पण पुढील आयुष्यात तिचे रक्षण तिलाच करता येईल एवढे शारीरिक व मानसिक बळ मिळवण्यास तिला प्रोत्साहन दिले पाहिजे.

सर्वांत प्रथम तिच्या मनातील आपण स्त्री आहोत– म्हणजे कमजोर आहोत– हा न्यूनगंड काढून टाकला पाहिजे. तिच्यात व तिच्या भावात काहीही फरक

नाही. नियमित व्यायाम करून स्वसंरक्षणायोग्य बळकट शरीर कमावण्यास तिला प्रोत्साहन दिले पाहिजे. कराटेसारख्या स्वसंरक्षणाच्या विद्या तिला शिकवल्या पाहिजेत.

लग्नात स्त्री व पुरुष दोघांचाही फायदा असण्यामुळे लग्नाचा खर्च कमीतकमी व दोघांना निम्मा निम्मा करायला पाहिजे. शक्यतो कोर्ट मॅरेज करायला प्रोत्साहन दिले पाहिजे. सरकारनेच लग्नातील खर्चाला कायद्याने पायबंद घातला पाहिजे.

हुंडाबळी टाळण्यासाठी हुंड्यावर कायदेशीर बंदी असूनही छुप्या मार्गाने हुंडा घेणे चालूच आहे व त्यात समाधान न झाल्याने सुनेचा छळ व हत्या चालूच आहेत.

त्यासाठी लग्न झाल्यावर नवऱ्याने मुलीच्या घरी राहणे व स्वत:चे स्वतंत्र घर घेतल्यावर तिथे दोघांनी राहणे हा पर्याय उत्तम आहे. केरळात स्त्रीप्रधान संस्कृती असल्याने ही प्रथा चालू आहे व त्यामुळे तिथे हुंडाबळी होत नाहीत.

लग्न झाल्यावर मुलीचा खर्च, तिच्या आजारांचा, बाळंतपणाचा खर्च, खरे पाहता नवऱ्यानेच करायला पाहिजे; पण त्याला ते शक्य नसल्यास त्याची कुवत होईपर्यंत दोघांच्या पालकांनी निम्मा निम्मा करावा. यातील बऱ्याचशा गोष्टी आर्थिक बाबींवर अवलंबून असल्याने मुळातच मुलींना भरपूर शिक्षण देऊन त्या मिळवत्या झाल्याशिवाय व खंबीरपणे स्वत:च्या पायावर उभ्या राहिल्याशिवाय त्यांचे लग्न करूच नये.

मुलगी चांगली कमावती झाल्यावर ती कुणालाच जोखीम वाटणार नाही व हवीहवीशी वाटेल. ती स्वत:चा खर्च करेलच; पण नवऱ्याला, वडिलांना व सासऱ्यांना आर्थिक मदत करू शकेल. भरपूर कमावणाऱ्या मुलीला कोणीही गर्भलिंग निदान व गर्भपात करण्यास भाग पाडू शकणार नाही. ती स्वत:चे निर्णय स्वत: घेऊ शकेल.

स्त्री-भ्रूणहत्येत सर्वांत जास्त वाटा कुणाला असेल तो घरातल्या ज्येष्ठ स्त्रीचाच. कारण तिच्या संमतीशिवाय असा निर्णय घेतला जात नाही. आपण कितीही म्हटले की आपली पुरुषप्रधान संस्कृती आहे, तरीही हे आपल्याला कबूल केलेच पाहिजे, की प्रत्येक घरात महत्त्वाचे निर्णय घरातील ज्येष्ठ स्त्रीच घेते. तिच्या निर्णयापुढे कुणाचेही काहीही चालत नाही.

जर सगळ्या स्त्रियांनी निरनिराळ्या ठिकाणी– देवळात, महिला मंडळात, भिशीच्या ठिकाणी– एकमेकींशी बोलून ठामपणे ठरवले की स्त्री-भ्रूणहत्या आपल्या घरात होऊ द्यायची नाही, तरच हे बंद होईल. तसेच आपल्या मुलींना, नातींना शारीरिक व मानसिक बळकट केले व भरपूर शिक्षण देऊन स्वत:च्या पायावर खंबीरपणे उभे झाल्यावरच त्यांचे लग्न केले, तर हा भेडसावणारा भ्रूणहत्येचा ज्वलंत प्रश्न आपोआपच नाहीसा होईल.

* * *

## कॉट नंबर १९ –

## माझे मत – 'डॉक्टरांची प्रतिमा कशी उजळेल?'

आपले पेशंट जरी आपल्या तोंडावर आपल्याविषयी आदर दाखवत असले. तरी आपण हे कबूल केले पाहिजे, की बहुसंख्य नागरिकांच्या मनात आज डॉक्टरांविषयीचा दुस्वास, अढी व राग ओतप्रोत भरलेला असतो. आजारी पडल्यावर घरगुती औषधे, केमिस्टकडून त्याने सुचविलेली औषधे, मित्रांनी वा नातेवाइकांनी सुचवलेली औषधे घेऊनही बरे न वाटल्यास, आयुर्वेद, होमिओपॅथी, ॲक्युपंक्चर इत्यादी उपाय करूनही निष्फळ झाल्यावर रुग्ण डॉक्टरांकडे नाइलाजाने येतो, हे सत्य आहे.

याचे मुख्य कारण, डॉक्टर आपल्याला गंडवणार, नको त्या भरमसाट तपासण्या करायला सांगणार, स्पेशालिस्टकडे कमिशन मिळवण्यासाठी जरूर नसताना पाठवणार व खूप खर्चात टाकणार याची भीती, हेच असते.

पूर्वीचे फॅमिली डॉक्टर अजिबात औषध न देता धीर देत किंवा एखादाच डोस देत. त्यांच्याविषयी असणारा आदर व ते बरे करणार याची खात्री यामुळे बारीकसारीक आजार तेवढ्याने बरेही होत. एखादा आजार सीरियस वाटल्यास डॉक्टर स्वत: पेशंटला जवळच्या नातेवाइकांसारखा धीर देऊन काळजी घेत. घरातल्या सगळ्या नातेवाइकांना आजाराची माहिती व चालू असलेला इलाज याचीही माहिती देऊन धीर देत असत.

सर्व गोष्टी पैशात मोजणाऱ्या आजच्या समाजातील इतर सर्वच घटकांप्रमाणे डॉक्टरही बदलले. प्रचंड खर्च करून डॉक्टर झालेल्या मुलाला ते पैसे वसूल करण्याची घाई झालेली असते. सगळेजण पैशाच्या मागे लागलेले समाजाला चालते; पण डॉक्टरांनी मात्र सेवाभावी असावे, अत्यंत कमी फीमध्ये इलाज करावा, अशी सर्वांची अपेक्षा असते.

त्यामुळे साहजिकच समाजाची डॉक्टरांकडे बघायची दृष्टी बदलली. आदर नाहीसा झाला व दुस्वास वाढला.

आता ही प्रतिमा बदलायची असेल, तर बहुसंख्य डॉक्टरांनी मनापासून प्रयत्न केले पाहिजेत. बहुसंख्य एवढ्यासाठी म्हटले, कारण थोड्या डॉक्टरांमुळेच ही प्रतिमा बनलेली आहे. बहुसंख्य डॉक्टर निश्चितच सेवाभावी वृत्तीने, रुग्णाविषयी आस्था बाळगून, वाजवी फीमध्ये आजही इलाज करत असतातच. पण थोड्या डॉक्टरांच्या बेजबाबदार वागणुकीमुळे सर्व डॉक्टरांची प्रतिमा खालावली गेली आहे, हे सत्य आहे.

या अल्पसंख्याक डॉक्टरांवर बाकीच्यांनी बहिष्कार टाकला, त्यांचे वाईट मार्ग समाजाला उघड करून सांगितले व त्यात आपण सहभागी न होता त्यांचा उघड निषेध केला, तर समाजाची सहानुभूती आपण मिळवू शकू व डॉक्टरांची मलिन झालेली प्रतिमा आपण उजळू शकू.

या अल्पसंख्य डॉक्टरांचे भ्रष्ट मार्ग पुढीलप्रमाणे -

१.  मोफत शिबिरे : हा उघड उघड पेशंटना भुलवणारा सापळा असतो. त्यात अडकलेल्यांना लुटणारे डॉक्टर असतात. या शिबिरांची पाहणी करून इंडियन मेडिकल असोसिएशनच्या (IMA) टीमने त्यातील खोटेपणा जनतेसमोर आणावा. डॉक्टरांनी आपल्या पेशंटना, नातेवाइकांना व मित्रांना या शिबिरात होणाऱ्या फसवणुकीची माहिती द्यावी. वर्तमानपत्रातही सत्य छापून आणण्याचा प्रयत्न करावा. (पैसे दिले की काहीही छापून येते; त्यामुळे हे अवघड आहे.)

२.  वर्तमानपत्रात किंवा टी. व्ही. वर जाहिरात करणे हे साळसूदपणे समाजाला सज्ञान करण्याच्या हेतूने केले असल्याचे समजले जाते. मग यात डॉक्टरचा फोन नंबर, पत्ता कशासाठी? जाहिरातीबरोबर जे माहिती म्हणून छापलेले असते व या इलाजाने बरे वाटलेल्या पेशंटचे अनुभव छापलेले असतात, पेशंटना आपल्याकडे खेचण्याचा तोही फार मोठा सापळा आहे. राजरोसपणे अशा जाहिराती पेशंटना फसवतात. शिवाय चांगले काम करणाऱ्या डॉक्टरांवरही अन्याय करतात. जाहिरात करणे मेडिकल एथिक्सच्या विरुद्ध आहे, हे माहीत असूनही हे निर्ढावलेले लोक त्याला भीक घालत नाहीत. IMA ने या ठगांविरुद्ध मेडिकल कौन्सिलकडे तक्रार करून पाठपुरावा करावा व आपण स्वत: हे करत असल्याचे समाजाला आवर्जून सांगावे.

३.  PRO – काही डॉक्टर आपल्याकडे कमिशनच्या आमिषावर पेशंट

**माझे मत - 'डॉक्टरांची प्रतिमा कशी उजळेल?' । १११**

पाठवण्यासाठी पगारी PRO ठेवतात व ते पद्धतशीरपणे गरजूंना जाळ्यात पकडतात. अशा PRO ना हाकलून द्यावे व ज्यांनी त्यांना आपल्याकडे पाठवले, त्यांच्याविरुद्ध IMA कडे तक्रार करावी. IMA ने मेडिकल कौन्सिलकडे तक्रार करावी व असे केल्याचे समाजाला सांगावे.

४.  कट प्रॅक्टिस – हा सगळ्यात मोठा रोग आपल्या व्यवसायाला (खरे बघितला तर सगळ्याच समाजाला) लागलेला आहे. डॉक्टरांना कन्सल्टंटकडून, रेडिओलॉजिस्टकडून, पॅथॉलॉजिस्टकडून, केमिस्टकडून, औषध कंपन्यांकडून कट दिला जातो. फारच थोडे याचा अव्हेर करतात. हे टाळले पाहिजे. यामुळे रुग्णांच्या इलाजाचा खर्च अफाट वाढतो. रुग्ण नाराज होतात व एकूणच मेडिकल व्यवसायासंबंधी नाखूश राहतात. प्रत्येक ठिकाणी पारदर्शकता ठेवली व ज्यांना कट द्यायचा असेल, त्यांनी त्या कटऐवजी पेशंटना तेवढी सूट दिली व डॉक्टरांनी त्यांची वाजवी फी घेतली, तर इलाज कमी खर्चाचा होऊन डॉक्टरांविषयीचा आदर वाढेल. सर्व डॉक्टरांनी आपली नेहमीची फी, आर्थिक दुर्बल घटकांसाठीची फी, ज्येष्ठ नागरिकांसाठी फी यांचे फलक ठळक अक्षरांत लावले, तर गैरसमज होणार नाहीत. प्रॅक्टिसमधील पारदर्शकता, समाजातील आपली प्रतिमा सुधारण्यास निश्चित मदत करेल.

५.  समाजासाठी उपयुक्त असे काम डॉक्टरांनी, डॉक्टरांच्या गटांनी किंवा IMA सारख्या संस्थांनी केले, तर समाजाला डॉक्टरांबद्दल आदर वाटू शकेल. यात पुढील गोष्टींचा समावेश करता येईल–

१)  प्रबोधनपर व्याख्याने

२)  दुष्कृत्यांची व दुष्कृत्ये करणाऱ्या डॉक्टरांची माहिती समाजाला देणे.

३)  स्वस्त व खात्रीशीर निदान करणाऱ्या डॉक्टरांचा, लॅब वा एक्सरे फॅसिलिटीजचा, हॉस्पिटलचा सार्वजनिक गौरव करून त्यांची समाजाला माहिती करून देणे.

४)  स्वस्त जेनेरिक औषधांची माहिती व उपलब्ध करणे. डॉक्टरांनी औषध कंपन्यांच्या प्रलोभनाला बळी न पडता जेनेरिक औषधेच वापरणे व लिहून देणे.

५)  समाजावर आलेल्या आपत्तीच्या काळात डॉक्टरांनी नि:स्वार्थी मदतीचा हात पुढे करणे.

६) इमर्जन्सी पेशंट्स न नाकारणे. आपल्याकडे सुविधा कमी असतील तर स्वखर्चाने पेशंटला योग्य त्या ठिकाणी घेऊन जाणे.

७) व्हिजिटला जायचे न टाळणे.

८) पैशांसाठी कोणाची अडवणूक न करणे.

९) गरिबांना सँपलची किंवा आपल्याजवळची औषधे, टॉनिक्स विनामूल्य देणे.

१०) डॉक्टरांनी वर्षातून एकदा आपल्या पेशंटना चहा-फराळाला बोलावून त्यांच्याशी संबंध वाढवणे.

या मार्गांनी डॉक्टरांची प्रतिमा हळूहळू पण निश्चित सुधारेल.

* * *

# कॉट नंबर २० -
# माझे मत - 'बलात्कारांचे कारण'

दररोज आपण वृत्तपत्रातून बलात्काराच्या बातम्या वाचतो. अगदी लहान मुलींपासून ते वृद्ध स्त्रियांपर्यंत बलात्कार होतात. बातम्या येतात त्याहून कितीतरी अधिक बलात्कार समाजात होतात, पण ते उघडकीस येत नाहीत. बातम्यांत येणारा बलात्कार हा हिमनगाचा छोटासा अंश असतो. बरेच बलात्कार घरात, नातेवाइकांकडून होत असतात. जेथे जेथे संधी मिळेल, तेथे तेथे कामांध पुरुष बलात्कार करतच असतात. माहितीच्या किंवा नात्यातील पुरुषांकडून झालेल्या बलात्कारांची वाच्यता बलात्कारित स्त्री करत नाही किंवा घरातील ज्येष्ठ अपकीर्तीच्या भीतीने उघड करत नाहीत.

मला वाटते, बलात्कार का होतात याचा विचार आपण विचारवंत करतच नाही. पुरुषांना बलात्कार का करावासा वाटतो? त्यांना स्वत:ची कामवासना तृप्त करायची संधी राजरोसपणे मिळत नाही, हेच बलात्काराचे एकमेव कारण आहे.

वयाच्या १४-१५ व्या वर्षापासून पुरुषाची कामवासना प्रखर असते. ही निसर्गदत्तच आहे. वयाच्या २५-३० वर्षापर्यंत– विवाह होईपर्यंत– ही प्रबळ कामवासना पुरुषाला दाबून ठेवावी लागते. त्यातही लग्नाची समाजमान्य संधी फारच थोड्या पुरुषांना मिळते. आर्थिक परिस्थितीमुळे ही चैन सगळ्यांना परवडत नाही. मग उरलेल्या असंख्य पुरुषांनी आपल्या कामवासनेची कशी पूर्तता करावी? हस्तमैथुन हे खरे तर अत्यंत सोपे, बिनधोक्याचे व बिनखर्चाचे साधन आहे व प्रत्येक स्त्री-पुरुष आयुष्यात ह्याचा वापर करतच असतो. पण त्यालाही खोट्या धोक्यांचा बागुलबुवा दाखवून मान्यता दिली जात नाही.

जगविख्यात मानसोपचारतज्ज्ञ डॉ. अल्बर्ट एलिस यांनी उघडपणे हस्तमैथुनाचा

प्रचार केला. त्यांच्या मते समाजस्वास्थासाठी हस्तमैथुनाइतका चांगला दुसरा कोणताही उपाय नाही.

वेश्यागमन हे नेहमीच धोकादायक असते. त्यातून गुप्त रोग व एड्ससारखे जीवघेणे रोग होऊ शकतात.

समलिंगी संभोगही याच कारणांमुळे धोकादायक आहेत. एखाद्या चांगल्या घरातील स्त्री जर समागमास संमती देत असेल, तर नेहमी हे लक्षात ठेवावे की ती दुसऱ्याही पुरुषांशी संबंध ठेवू शकते व वेश्यांपासून असणारे धोके तिच्याही बाबतीत असू शकतात.

पूर्वी लहान वयात लग्ने होत, तेव्हा कामवासनेला लवकर वाट मिळत असे. पण त्या प्रथेचे अनेक तोटे लक्षात घेऊन समाजधुरिणांनी ती प्रथा बंद केली. पण त्याचबरोबर समाजात असंख्य अतृप्त पुरुषांची मांदियाळी निर्माण केली.

काही देशांत अशी सर्वांना मुक्त कामव्यवहार करण्यासाठी ठिकाणे निर्माण केलेली होती. पण अशा मुक्त ठिकाणीही वेश्यागमनासारखेच धोके आढळल्यामुळे तीही बंद केली गेली.

समाजस्वास्थ्यामध्ये कामवासनेला योग्य ती वाट न मिळाल्यामुळे बलात्कारांचे प्रमाण वाढले व ते कमी होणे अवघड आहे.

समाजधुरिणांनी या मोठ्या अवघड प्रश्नावर विचारमंथन करणे जरुरीचे आहे.

नुसत्या बलात्कार करणाराला जबर शिक्षा देण्याने हा प्रश्न सुटणार नाही. त्याला लिंग तोडण्याची किंवा फाशीची शिक्षा दिली, तरी बलात्कारित स्त्रीचे किंवा तिच्या नातेवाइकांचे समाधान होणार नाही. शांतपणे विचार केला तर कोणत्याही गुन्हेगाराला शिक्षा व्हायलाच हवी हे निश्चित; पण त्याने गुन्हा केला व तो पुन्हा गुन्हा करणार नाही यासाठी काही करणे शक्य आहे का? त्याने केलेल्या गुन्ह्यामुळे तो पूर्णपणे आयुष्यातून उठावा असे वाटणे योग्य आहे का? तो दुसऱ्याचा मुलगा आहे म्हणून त्याला कडक शिक्षा देणे आवश्यक आहे, जर तो स्वत:चा मुलगा असेल तर?

बलात्काराकडे अपघात म्हणून बघता येणार नाही का? बलात्काराने स्त्रीचे जीवन उद्ध्वस्त होते हे खरे आहे. बलात्कारामुळे मानसिक आघात होतो हे खरे आहे. शारीरिक जखमा लवकर भरून येतात. पण मानसिक? त्यासाठी योनिशुचितेचा बागुलबुवा मनातून काढून टाकला पाहिजे. बलात्काराला फारसे

महत्त्व न देता तो अपघाताप्रमाणेच आपल्या मनाविरुद्ध घडलेला अपघात समजून त्याचा फार मोठा गाजावाजा न करणेच चांगले. बलात्कार करणाऱ्याविरुद्ध न घाबरता कायदेशीर कारवाई केलीच पाहिजे. त्याला जास्तीत जास्त शिक्षा व्हायलाच पाहिजे.

पण त्याचबरोबर बलात्कारित स्त्रियांनी काही झाले नाही असे समजून उजळ माथ्याने उर्वरित आयुष्य घालवलेच पाहिजे. बलात्काराने गुप्त रोग होऊ नये म्हणून डॉक्टरांच्या सल्ल्याने औषधोपचार घेतला पाहिजे. दिवस राहू नयेत म्हणून निघालेल्या गोळ्या लगेच घेतल्या, तर तोही धोका राहणार नाही.

आता सर्व शाळांत लैंगिक शिक्षण देत असल्याने रोग व गर्भधारणा टाळणे सहज शक्य झाले आहे. गर्भधारणाही सहज बिनधोक्याच्या गर्भपातामुळे निस्तरता येऊ शकते.

बलात्कार टाळण्यासाठी खालील उपाय करावे-

१.  अनिवार्य लैंगिक शिक्षण
२.  गर्भधारणा व गुप्तरोग टाळण्याचे व झाल्यास निस्तरण्याच्या सहजसाध्य उपायांची माहिती.
३.  हस्तमैथुनाचा प्रचार.
४.  स्त्रीपुरुषांमधील मोकळे पारदर्शी संबंध.
५.  बलात्काराकडे बघायच्या दृष्टिकोनात बदल.
६.  सहज उपलब्ध, काटेकोर तपासणी केलेली वेश्यागृहे.
७.  लहानपणापासून स्त्री-पुरुषांचा एकत्र सहवास.

* * *

# कॉट नंबर २१ – माझा बी. जे. मधील नाट्यप्रवास

फायनल इयरच्या गॅदरिंगमध्ये मी अक्षरश: धुमाकूळच घातला होता. नाटकात तर मी होतोच, पण व्हरायटी मध्येही मी ४-५ आयटेम केले. पुलंची एक एकांकिका बसवली होती– 'सार कसं शांत शांत!' त्यात घड्याळजीची विनोदी भूमिका मी केली होती. जावळेच्या बरोबर मुके व थोटे असे भाषण ठोकले होते. मी थोटा (हात मागे बांधून) व जावळे मुका (मागे उभा राहून हातवारे करणारा) भाषण मीच लिहिले होते. हा कार्यक्रम प्रेक्षकांना खूपच आवडला. आम्हाला लायन्स क्लबच्या एका मीटिंगला या कार्यक्रमाचे आमंत्रण आले. पूना क्लबला आम्ही दोघे गेलो व हा कार्यक्रम इंग्रजीतून केला! लायन्स क्लबची श्रीमंती बघून आमचे डोळे दिपले. कॉलेजचे गॅदरिंग अशा प्रकारे गाजवून मी चांगलाच पॉप्युलर झालो होतो. या वेळी माझ्या आयुष्यात प्रथमच एका मुलीने मुद्दाम मला भेटून माझे नाटकातले काम आवडल्याचे सांगितले व सर्वांसमोर कँटीनमध्ये कॉफी पाजली. मी हवेतच तरंगत होतो. या सर्व नाटकाच्या तालमी रात्री चालत; पण मी तरीही पहाटे उठून अभ्यास करत असे. अभ्यासात आपण कुठेही कमी पडू नये, याची जाणीव मला सतत होती. त्यामुळे सात विषयांची शेवटची परीक्षाही मी पास झालो. आश्चर्य म्हणजे नाटकामुळेच मी मेडिसीन विषयात पहिला आलो. त्याचे कारण म्हणजे मेडिसीनचे प्रोफेसर डॉ. मुतालिक एक्झॅमिनर होते व त्यांना माझे नाटकातले काम खूपच आवडले होते. अजूनही ते कधीही भेटले, तरी माझ्या नाटकातल्या कामाचा उल्लेख करतात. त्या वेळी कॉलेजच्या नाटकाला आमचे सगळे टीचर्स सपत्नीक येत असत. त्यामुळे अजूनही हे आमचे प्राध्यापक किंवा त्यांच्या पत्नी भेटल्या, तरी आवर्जून त्या नाटकातल्या माझ्या कामाच्या आठवणी काढतात. नाटकातल्या कामाचा

असा मला खूपच फायदा झाला. पुलंच्या 'तुझे आहे तुझपाशी' मधील वासूअण्णाची भूमिका अत्यंत थोडी, संवाद थोडे असूनही लोकांना इतकी का आवडली व मला अभिनयाचे प्रथम बक्षिस का मिळाले, याचा विचार करता मला असे वाटते की त्या भूमिकेसाठी मला पूर्ण गोटा दाखवणारा विग बसवला होता. लांब शेंडी ठेवली होती. धोतर व पैरण या वेशभूषेमुळे व गोट्यामुळे पहिल्या एंट्रीलाच टाळ्यांचा कडकडाट होत असे. संवाद सगळे विनोदी. ती पुलंची खासियत. मेकअपमन निवृत्ती दळवी ह्याची करामत दृष्ट लागण्यासारखी होती. शिवाय भांग प्यायल्यावर मला मधुमती सिनेमातील त्या वेळी पॉप्युलर असलेल्या 'बिचुआऽऽ' या गाण्यावर जोशात नाचायला सांगितले होते. त्या बेभान नाचण्याच्या वेळी जो टाळ्यांचा कडकडाट झाला, तो मी जन्मभर विसरू शकणार नाही. उगीच नाही सगळे नट सिनेमापेक्षा नाटकाला प्रथम पसंती देत. पसंतीची पावती लगेच मिळाल्यावर होणारा आनंद अवर्णनीय असतो. त्या आनंदाची धुंदी शरीरभर पसरून असते, आपण इतरांपेक्षा कोठेतरी खूप मोठे आहोत अशी भावना होते. ह्या आमच्या नाटकाला त्या वेळी intercollegiate स्पर्धेतही प्रथम पारितोषिक मिळाले व मलाही बक्षीस मिळाले. यानंतर मी ससूनमध्ये ऑनररी सर्जन म्हणून आल्यानंतर पुन: नाटकात काम करण्याची संधी मिळली. तेव्हाही बाब्या देशपांडेच डायरेक्टर होता. ऑनररींपैकी मी व अशोक कानेटकर व बाकी सगळे कॉलेजमधील विद्यार्थी होते. नाटक 'दिनूच्या सासूबाई राधाबाई' हे बबन प्रभूंनी लिहिलेले व गाजलेले. ह्या विनोदी फार्समध्ये मला 'डॉक्टर नाय' ची भूमिका मिळाली होती. मोहन आगाशे तेव्हा ड्रामा सेक्रेटरी होता. हे नाटकही बाब्याने फार छान बसवले होते. त्यातील माझे कामही सर्वांना खूप आवडले होते. दिवसभर प्रॅक्टिस करून रात्री नियमित प्रॅक्टिसला मी जात असे. नाटकाच्या दिवशी, मला अजून आठवते की, सगळेजण टेन्स होते. अशोक तर घामाघूम झाला होता. मला मात्र अजिबात टेन्शन नव्हते. प्रयोग दृष्ट लागण्यासारखा झाला व माझे कामही उत्तम झाले. पण बक्षीस अशोकला मिळाले. अशोकला प्रत्येक ठिकाणी पहिला नंबरच हवा असे. परीक्षेतही त्याने कधीही पहिला नंबर सोडला नव्हता. नाटकातही नाही! फक्त एकदा सेकंड एम. बी. बी. एस. ला त्याचा दुसरा नंबर आला. त्या वेळी त्याने भांडून पुन: तपासणी करवून घेतली व पहिला नंबर मिळवला होता. या नाटकाच्या वेळीही मला सर्वांनी भेटून माझे कौतुक केले होते. पण सर्वात आठवण राहिली ती डॉ. एस. व्ही. भावे यांची. ते माझे सीनिअर कलीग. मितभाषी व सहसा कुणाचेही कौतुक न करणारे! पण त्यांनी मुद्दाम मला भेटून माझे काम आवडल्याचे व मला

कॉफी पाजण्याची इच्छा प्रदर्शित केली! मला खूपच आनंद झाला. पुढे मी त्यांच्याच युनिटमध्ये बरीच वर्षे काम केले. त्यांचा स्वभाव हळूहळू समजून आला. त्यांनी सर्व युनिट माझ्यावरच सोपविले होते. भाव्यांचे युनिट म्हणजे अंबिके युनिटच होते. त्यांची दोन्ही मुलेसुद्धा माझ्याच हाताखाली शिकली. भावे कधीतरी येत, पण त्यांचा माझ्यावर पूर्ण विश्वास होता.

मी ऑनररी व्हायच्या आधी बाब्याने कॉलेजमध्ये ओळीने सात नाटकांचा नाट्यमहोत्सव केला होता. सातही नाटकांत त्याने काम व दिग्दर्शन केले होते. बाब्याची कपॅसिटी दांडगी! त्याने 'वेड्याचे घर उन्हात' केले. त्यात मला नसलेल्या काकाची भूमिका होती. म्हणजे सुरुवातीला फक्त पडद्यामागून दोन ओळी मोठ्याने म्हणायच्या! पण महत्त्वाचे काम म्हणजे बाब्याला प्रॉम्प्टिंग करायचे. सोफ्यामागे बसून प्रत्येक वाक्य वाचायचे!

बाब्या देशपांडे कधी डॉक्टर झाला, ते कळले नाही; पण त्याने फिल्म इन्स्टिट्यूटमधून डायरेक्टरचा कोर्स पूर्ण केला. त्यानंतर त्याने सिनेमा काढण्यासाठी पैसे गोळा करण्याचा प्रयत्न केला. पण त्यात त्याला यश आले नाही. मग त्याने औंधलाच दवाखाना काढला. त्याच्या नाटकी स्वभावाने दवाखाना छान चालत होता. पेशंटला नाटकी बोलण्याने तो भारावून टाकत असणार. जनरल प्रॅक्टिसमध्ये फारशा स्किलची, ज्ञानाची जरुरी नसते. पण पेशंटशी, त्याच्या नातेवाइकांशी गोड बोलून आपलेसे करून घेणे महत्त्वाचे असते. त्यात बाब्याचा हातखंडा होता. रात्री-अपरात्री बाब्या पेशंटच्या घरी जाई व त्याच्या आजाराची आपल्याला किती काळजी वाटते, याचे प्रदर्शन करी. त्यामुळे तो पेशंट व त्याचे नातेवाईक त्याचेच होऊन जात. पण पुढे दवाखाना सोडून त्याने एक्सप्लेसिव्ह फॅक्टरीच्या हॉस्पिटलमध्ये नोकरी धरली. तेथेही त्याच्या कर्तृत्वाला वाव मिळाला नाही. शेवटी त्याच्या आवडीचे काम त्याला मिळाले. ते म्हणजे तो कामगार पुढारी झाला. कॉंग्रेसच्या कामगार संघटनेचा नेता झाला व आता तर त्याला सरकारने एका आयोगाचे संचालक केले आहे! खरोखरच बाब्या हा चांगला फोटोग्राफर किंवा सिनेडायरेक्टर व्हायचा, पण झाला कामगार पुढारी!

कॉलेजचा एक काळ बाब्या देशपांडेने गाजवला. नंतर मोहन आगाशे व जब्बार पटेल यांनी कॉलेजची रंगभूमी गाजवली. मी ऑनररी सर्जन म्हणून आल्यानंतर पहिल्या गॅदरिंगला जब्बारने 'श्रीमंत' हे विजय तेंडुलकरांचे नाटक बसवले होते. मला ते फारच आवडले. मी नाटक संपल्यावर जब्बारची मुद्दाम भेट घेऊन अभिनंदन केले. जब्बारची पुढील वाटचाल दृष्ट झाल्यासारखी झाली.

**माझा बी. जे. मधील नाट्यप्रवास । ११९**

पी. डी. ए. तून त्याने काही नाटके केली. त्यात 'अशी पाखरे येती' हे नाटक खूप गाजले. नंतर घाशीराम कोतवालच्या वेळी त्याचे व भालबांचे मतभेद झाले. जब्बारने 'थिएटर ॲकॅडमी' नावाची निराळी संस्था काढली व 'तीन पैशांचा तमाशा' हे पुलंचं नवीन नाटक केलं. माझा व जब्बारचा संबंध 'नवरा म्हणू नाही आपला' या विनोदी नाटकाच्या वेळी आला. ते नाटक मी बसविले होते. त्यात अजेय जोशी, नितू मांडके वगैरे विद्यार्थी व ऑनररी होते. शेवटच्या आठवड्यात जब्बारने फायनल टचेस दिले. नाटक उत्तम झाले. प्रेक्षकांना आवडले. जब्बारची काम करायची पद्धत मला जवळून पाहायला मिळाली. जीव तोडून व पूर्णपणे झोकून देऊन काम करणे जब्बारकडून शिकावे. त्याला पाहिजे तसे नाटकातून काम करून घेण्यासाठी तो जिवाचा आटापिटा करे. नटांनाही तो एक क्षण शांत राहू देत नसे. त्याच्या उर्वरित आयुष्यातील यशाचे हेच रहस्य असावे. नंतरच्या वर्षी आमचा रवींद्र दामले ड्रामा सेक्रेटरी होता व शेवटपर्यंत त्याला 'वाजे पाऊल आपले' या नाटकातल्या व्यंकटेशची भूमिका करणार नट मिळत नव्हता. त्याने मला गळ घातली. मलाही हौस होतीच. मी कबूल केले व रात्रंदिवस तालमी करून ती भूमिका केली. बाकीचे सगळे विद्यार्थीच होते. दिग्दर्शक मोहन आगाशे होता. नाटकाच्या दिवशीसुद्धा माझे नाव जाहीर केले नव्हते. बाहेर बोर्डवर 'आणि व्यंकटेशच्या भूमिकेत?' असे लिहिले होते. नाटकाच्या सुरुवातीला माझे नाव अनाउन्स केले व टाळ्यांचा कडकडाट झाला. हे पण माझे काम उत्तमच झाले. सगळ्यांनी प्रशंसा केली. विद्यार्थ्यांनाच बक्षिसे द्यावीत असा मी आग्रह केला.

अशा प्रकारे मेडिकल कॉलेजमधील माझा नाट्यप्रवास संपला. अजूनही नाटक म्हटले, की मला स्फुरण चढते. पण प्रॅक्टिसच्या व्यापात तो छंद पार मागे पडला. मग कॉलेजच्या डिबेटमध्ये भाषणे करण्यात किंवा रोटरी क्लबच्या कार्यक्रमात नकला करण्यात मी माझी स्टेजची हौस भागवू लागलो. रोटरीच्या स्पर्धेत 'हास्यसम्राट' व एकपात्री अभिनय स्पर्धेत प्रथम पारितोषिके वयाच्या पंच्याहत्तरीत मिळवली. पण कॉलेजच्या रंगभूमीवरचे मंतरलेले दिवस आगळेच होते.

* * *

# डॉ. विलास अंबिके
१९११ सदाशिव पेठ,
फुलराणी बंगला,
राणा प्रताप उद्यानच्या मागे
पुणे - ३०

➤ पुण्यातील बी. जे. मेडिकल कॉलेज पुणे मधून MBBS,

➤ मुंबईला M.S. जे. जे.,जी.टी, टाटा व गांधी मेमोरियल हॉस्पिटल्समधून अनुभव घेऊन ससून हॉस्पिटलमध्ये मानद सर्जन व प्राध्यापक म्हणून १९६४ ते २००० पर्यंत काम करून निवृत्त.

➤ वैद्यकीय युनिव्हर्सिटीचा 'जीवनगौरव पुरस्कार'.

➤ बॅडमिंटन, चित्रकला, वाचन, लेखन, नाट्य व वक्तृत्वाची आवड.

➤ रोटरीच्या माध्यमातून समाजसेवा. ज्येष्ठ नागरिकांसाठी आरोग्यावर पुस्तकांचे लेखन.

➤ वृत्तपत्रात पत्रलेखन व प्रबोधनपर भाषणे.

# वॉर्ड नं. ९ - ससून हॉस्पिटल
## Ward No. 9 - Sassoon Hospital

ISBN - 978 - 93 - 82988 - 85 - 4

**प्रकाशक ।**
राजीव दत्तात्रय बर्वे । मॅनेजिंग डायरेक्टर ।
दिलीपराज प्रकाशन प्रा. लि. ।
२५१ क, शनिवार पेठ, पुणे ४११०३०
दूरध्वनी : २४४८३९९५, २४४७१७२३,
२४४९५३१४ (सर्व फॅक्ससहित)

© प्रकाशकाधिन

**लेखक :** डॉ. विलास अंबिके
१९११, सदाशिव पेठ ।
फुलराणी बंगला । राणा प्रताप उद्यानच्या मागे । पुणे - ३० ।
भ्रमणध्वनी - ९८६०६९९३७९

**प्रकाशन दिनांक ।** १५ जानेवारी २०१४

**प्रकाशन क्रमांक ।** २०९०

**मुद्रक ।** मधुराज प्रिंटर्स ॲण्ड पब्लिकेशन्स प्रा. लि.
स. न. २९/८-९ । पारी कंपनीजवळ । धायरी ।
पुणे ४११०४१

**टाईपसेटिंग ।** सौ. मधुमिता राजीव बर्वे
पितृछाया मुद्रणालय । ९०९ रविवार पेठ । पुणे ४११००२

**मुखपृष्ठ ।** सुहास चांडक

**मूल्य ।** ₹ एकशे तीस मात्र

# डॉ. विलास अंबिके

१९११ सदाशिव पेठ, फुलराणी बंगला,
राणा प्रताप उद्यानच्या मागे, पुणे - ३०

➢ पुण्यातील बी. जे. मेडिकल कॉलेज पुणे मधून MBBS

➢ मुंबईला M.S. जे. जे.,जी.टी, टाटा व गांधी मेमोरियल
हॉस्पिटल्समधून अनुभव घेऊन ससून हॉस्पिटलमध्ये
मानद सर्जन व प्राध्यापक म्हणून १९६४ ते २०००
पर्यंत काम करून निवृत्त.

➢ वैद्यकीय युनिव्हर्सिटीचा 'जीवनगौरव पुरस्कार'.

➢ बॅडमिंटन, चित्रकला, वाचन, लेखन, नाट्य व
वक्तृत्वाची आवड.

➢ रोटरीच्या माध्यमातून समाजसेवा. ज्येष्ठ
नागरिकांसाठी आरोग्यावर पुस्तकांचे लेखन.

➢ वृत्तपत्रात पत्रलेखन व प्रबोधनपर भाषणे.